• 이 책은 [영화로 배우는 태국어_프렌드 존] 영상을 기반으로 제작되었습니다.

THAI

영화로 배우는 태국어

박주혜·시원스쿨어학연구소 지음

S 시원스쿨닷컴

영화로 배우는 태국어
프렌드 존

초판 1쇄 발행 2023년 1월 2일

지은이 박주혜 · 시원스쿨어학연구소
펴낸곳 (주)에스제이더블유인터내셔널
펴낸이 양홍걸 이시원

홈페이지 thai.siwonschool.com
주소 서울시 영등포구 국회대로74길 12 시원스쿨
교재 구입 문의 02)2014-8151
고객센터 02)6409-0878

ISBN 979-11-6150-657-9
Number 1-430601-12121200-04

THAI

영화로 배우는
태국어

Ⓢ 시원스쿨닷컴

Contents

이 책의 구성과 특징

주요 등장인물 소개

#01 빰, 현장을 잡으면 뭐라고 하지?

오늘의 장면

오늘의 핵심 표현

오늘의 장면

영화 속 장면과 간단한 상황 설명으로 해당 과의 줄거리를 파악합니다.

오늘의 핵심 표현

본 학습에 들어가기 전 해당 과에서 배우게 될 가장 주요한 핵심 표현을 미리 들어보고, 소리내어 읽어보며 반복 학습합니다.

영화 속 바로 이 장면

핵심 장면을 전체적으로 학습하고 실제 태국인이 쓰는 표현을 자연스럽게 익히며 여러 번 듣고 따라 읽습니다.

영화 속 핵심 문형

각 과에서 핵심이 되는 주요 표현을 학습하며, 이를 활용한 다양한 예문을 함께 익힙니다.

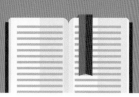

확인 테스트

다양한 연습문제를 풀어보며 배운 내용을 복습하고 자신의 실력을 확인해 봅니다.

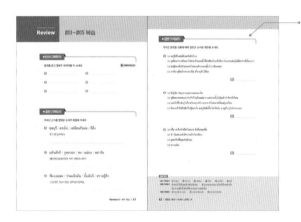

Review

다섯 과가 끝날 때마다 복습과를 제시하였습니다. 앞에서 배운 내용을 얼마나 기억하고 있는지 자신의 실력을 확인해 볼 수 있습니다.

특별 무료 부록

❶ 원어민 MP3 음원

원어민의 정확한 발음과 실제 대화 속도로 녹음된 음원을 들으며 여러 번 따라 읽고 연습할 수 있습니다.

❷ 영화 전체 스크립트

영화 전체 스크립트를 제공하여 태국에서 쓰는 생생한 표현을 실제 영화를 보듯이 재미있게 학습할 수 있습니다.

무료 MP3 음원은 홈페이지 접속(thai.siwonschool.com) 〉 학습지원센터 〉 공부자료실에서 다운받으실 수 있습니다.

주요 등장인물 소개

빰 Palm (ปาล์ม)

<프렌드 존>의 남자 주인공

학창 시절 친구보다 못한 사이가 될까 두려워 낑의 고백을 거절한 뒤로 '프렌드 존'에서 낑 곁에 10년째 머물고 있다. 낑에 대한 마음 때문인지 자신의 연애는 번번이 실패하는 빰. 과연 그는 '프렌드 존'을 벗어날 수 있을까?

낑 Gink (กิ๊ง)

<프렌드 존>의 여자 주인공

낑은 빰의 십년지기 여사친이다. 한 번 사랑에 빠지면 모든 걸 올인하고 달려드는 성격의 소유자. 항상 빰에게 연애 고민 상담을 할 정도로 친구인 빰에게 많이 의지하고 있다.

테드 Ted (เท็ด)

낑의 남자 친구

유명한 음악 프로듀서인 테드는 젊고 예쁜 가수들과 작업하며 낑과의 연애 전선을 불안하게 만든다. 하지만 낑은 이런 테드를 진심으로 사랑하고 결혼까지 생각한다.

버디1, 2, 3

<프렌드 존>에 사는 세 명의 짝사랑 전문가들

빰의 든든한 짝사랑 동지인 세 명의 버디. 이들이 모이는 순간 짠한 웃음을 유발한다.

#01 빰, 현장을 잡으면 뭐라고 하지?

오늘의 장면

아버지의 외도를 의심하는 낑
촌부리로 출장가는 아버지를 빰과 함께 뒤쫓아 간다.

★ 오늘의 핵심 표현

다음 문장을 큰 소리로 세 번씩 읽어 보세요. ▶| TRACK 01_01

❶ **อืม ว่าจะขับรถไปเลย** ☑☐☐
응. 바로 운전해서 가려고.

❷ **ไม่ต้องกลัว กูจอดรอมาตั้งนานละ ไม่เห็นมีใครผ่านมาสักคน** ☐☐☐
걱정하지 마. 여기 계속 있었는데 아무도 안 지나갔어.

❸ **ตรงไปก็ถึงชลบุรีเหมือนกันน่ะ** ☐☐☐
쭉 가면 촌부리야.

❹ **มึงก็อย่าเพิ่งไปด่าใครสุ่มสี่สุ่มห้า** ☐☐☐
아직 아무한테도 말하지 마.

★영화 속 바로 이 장면

오늘의 장면 속 핵심 문장을 학습해 봅시다.

핵심 장면 ①

TRACK 01_02

낑 **ป๊าจะขับรถไปชลบุรีเลยป่ะ**
아빠, 촌부리로 가세요?

낑의 아버지 อืม ว่าจะขับรถไปเลย
응. 바로 운전해서 가려고.

단어 **ชลบุรี** 촌부리(태국의 지명) | **ป่ะ (=ไป)** 가다 | **ว่าจะ** (마침, 막) ~하려고 하다

핵심 장면 ②

TRACK 01_03

낑 **ตื่นเต้น สัตว์ จะมีใครเห็นเปล่าวะ**
떨려 죽겠네! 누가 봤을까?

빰 ไม่ต้องกลัว
걱정하지 마.

กูจอดรอมาตั้งนานละ ไม่เห็นมีใครผ่านมาสักคน
여기 계속 있었는데 아무도 안 지나갔어.

단어 **ตื่นเต้น** 떨리다 | **ไม่ต้อง** ~하지 않아도 좋다

핵심 장면 ③

TRACK 01_04

낑 **มึงจี้กว่านี้หน่อยได้ป่ะ**

더 가까이 못 붙어?

빰 **พ่อมึงไม่หายไปไหนหรอก**

놓칠 일 없어.

ตรงไปก็ถึงชลบุรีเหมือนกันน่ะ

쭉 가면 촌부리야.

มึงก็นั่งดี ๆ เลย บังกระจกกูหมด

제대로 앉아. 백미러 다 가린다.

단어 จี้ 겨누다 | บัง 가리다, 막다 | กระจก 거울

핵심 장면 ④

TRACK 01_05

낑 **มึง ถ้ากูจับได้ด่าว่าอะไรดีวะ**

빰, 현장을 잡으면 뭐라고 하지?

빰 มึงก็อย่าเพิ่งไปด่าใครสุ่มสี่สุ่มห้า

아직 아무한테도 말하지 마.

พ่อมึงอาจจะไปทำงานจริง ๆ ก็ได้

일 때문일지도 모르잖아.

단어 ด่า 욕하다, 꾸짖다, 잔소리 | สุ่มสี่สุ่มห้า 나불나불, 무작정

★영화 속 핵심 문형

오늘의 장면 속 다양한 문형을 학습해 봅시다.

อืม ว่าจะขับรถไปเลย

응. 바로 운전해서 가려고.

'ว่าจะ'는 '(마침, 막) ~하려고 하다'라는 뜻으로 미래시제입니다.

เราว่าจะไปคาเฟ่ มีอะไรที่อยากดื่มไหม

마침 카페에 가려고 하는데 먹고 싶은 거 있어?

ว่าจะโทรหามึงแต่พอดีได้รับโทรจากมึง

막 너한테 전화하려고 했는데 마침 네 전화를 받았어.

단어 คาเฟ่ 카페 | โทร 전화하다, 전화기

ไม่ต้องกลัว กูจอดรอมาตั้งนานละ ไม่เห็นมีใครผ่านมาสักคน

걱정하지 마. 여기 계속 있었는데 아무도 안 지나갔어.

'ไม่ต้อง'은 강제, 의무성을 띠는 'ต้อง(~해야만 한다)'의 반의어가 아닌 '~할 필요가 없다'라는 뜻을 가지고 있습니다.

ไม่ต้องเกรงใจเลยโปรดรับของขวัญด้วยครับ

사양하지 마시고 선물을 받아주세요.

เธอไม่ต้องยื่นการบ้านในวันนี้ เพราะอาจารเลื่อนถึงจันทร์หน้า

오늘까지 과제 제출할 필요 없어. 교수님께서 다음 주 월요일까지 미뤄 주셨거든.

단어 เกรงใจ 어려워하다, 거리끼다 | ยื่น 제출하다 | เลื่อน 미루다

ตรงไปก็ถึงชลบุรีเหมือนกันน่ะ

쭉 가면 촌부리야.

🔍 'เหมือนกัน'은 '~와(과) 같다'라는 뜻뿐만이 아니라 문장 맨 뒤에 쓰였을 때 '또한', '마찬가지'라는 뜻으로도 쓰입니다.

พรุ่งนี้ผมก็กำลังจะไปหาหมอเหมือนกัน

내일 나도 병원에 가보려고 해.

มึงก็คนที่พิเศษสำหรับเราเหมือนกันนะ

너 또한 나에게 특별한 사람이야.

단어 หมอ 의사 | พิเศษ 특별하다

มึงก็อย่าเพิ่งไปด่าใครสุ่มสี่สุ่มห้า

아직 아무한테도 말하지 마.

🔍 'อย่าเพิ่ง'은 '아직 ~하지 마라'라는 뜻으로 어떠한 행위를 하기까지 시간이 더 지나야 함을 나타냅니다.

อย่าเพิ่งไปบอกใครว่า เราเป็นคบกัน

아직 누구에게도 우리가 사귄다는 걸 말하지 마.

อย่าเพิ่งโทรให้เธอดีกว่า เพราะเธอยังไม่ยกโทษให้คุณอ่ะ

아직 그녀에게 전화하지 않는 게 나을 것 같아. 그녀가 아직 널 용서하지 않았거든.

단어 คบ 교제하다 | ยกโทษ 용서하다

★확인 테스트

오늘의 장면을 떠올리며 문제를 풀어 보세요.

1 보기에서 적절한 단어를 빈칸에 넣어 문장을 완성하세요.

보기	ตรงไป　เห็น　มาฝาก

① ซื้อปู ______ กิ๊งด้วย
게 요리 사주세요.

② ตื่นเต้น สัตว์ จะมีใคร ______ เปล่าวะ
떨려 죽겠네! 누가 봤을까?

③ ______ ก็ถึงชลบุรีเหมือนกันน่ะ
쭉 가면 촌부리야.

2 괄호 안의 단어를 사용하여 다음 문장을 태국어로 써 보세요.

① 응. 바로 운전해서 가려고.

______ (ว่าจะ)

② 걱정하지 마. 여기 계속 있었는데 아무도 안 지나갔어.

______ (ไม่ต้อง, ไม่เห็น)

③ 아직 아무한테도 말하지 마.

______ (อย่าเพิ่ง, ด่า)

정답 확인

1 ① มาฝาก ② เห็น ③ ตรงไป
2 ① อืม ว่าจะขับรถไปเลย ② ไม่ต้องกลัว กูจอดรอมาตั้งนานละ ไม่เห็นมีใครผ่านมาสักคน
③ มึงก็อย่าเพิ่งไปด่าใครสุ่มสี่สุ่มห้า

02 아침 비행기는 치앙마이행 뿐이야.

오늘의 장면

촌부리가 아닌 수안나품 공항으로 가는 낑의 아버지
과연 어디로 가는 것일까?

★ 오늘의 핵심 표현

다음 문장을 큰 소리로 세 번씩 읽어 보세요.　　TRACK 02_01

❶ ปาล์มเดี๋ยว ๆ เดี๋ยว ไม่เล่น ปาล์ม
빰, 잠시만, 잠시! 장난치지 마, 빰.　☑ ☐ ☐

❷ ทำไมรถพ่อมึงเลี้ยวไปทางนั้นวะ
왜 좌회전하시지?　☐ ☐ ☐

❸ ไฟล์ทเช้าแบบนี้ มีไปเชียงใหม่ที่เดียว
아침 비행기는 치앙마이행 뿐이야.　☐ ☐ ☐

❹ พ่อมึงอาจจะไปคุยธุระข้างในก็ได้
안에서 사업상 이야기 중일 수도 있어.　☐ ☐ ☐

★ 영화 속 바로 이 장면

오늘의 장면 속 핵심 문장을 학습해 봅시다.

 # 핵심 장면 ❶ TRACK 02_02

끵 ปาล์มเดี๋ยว ๆ เดี๋ยว ไม่เล่น ปาล์ม
빰, 잠시만, 잠시! 장난치지 마, 빰.

빰 **พ่อครับ กิ๊งมีคำถามครับ พ่อ**
아버님, 낑이 물어볼 게 있대요!

낑 **อีปาล์ม มึง**
미쳤어?

단어 เดี๋ยว 잠시, 곧, 순간, 찰나 | เล่น 장난치다, 놀다

 # 핵심 장면 ❷ TRACK 02_03

빰 ทำไมรถพ่อมึงเลี้ยวไปทางนั้นวะ
왜 좌회전하시지?

낑 **ปาล์มตาม / มึง**
빰, 따라가! / 빰.

빰 **พ่อมึงจะขึ้นเครื่องไปชลบุรีเหรอวะ**
촌부리에 비행기 타고 가시나?

단어 ทาง 진로, 길, 도로 | ขึ้น 타다, 오르다

핵심 장면 ③

TRACK 02_04

빰 **จะรู้ได้ไงพ่อมึงจะบินไปไหน**
어디 가시는지 어떻게 알아내지?

낑 **กูเช็คตารางบินละ**
항공 스케줄 확인했어.

ไฟล์ทเช้าแบบนี้ มีไปเชียงใหม่ที่เดียว
아침 비행기는 치앙마이행 뿐이야.

โรงงานพ่อกูไม่มีสาขาที่นั่นแน่ ๆ
아빠 공장은 치앙마이에 지점이 없어.

단어 ไง 어떻게 | ตาราง 스케줄, 일정, 표 | โรงงาน 공장 | แน่ ๆ 분명히, 확실히

핵심 장면 ④

TRACK 02_05

낑 **มึง กูเข้าไปเลยนะ**
나도 들어갈래.

빰 **อย่าเพิ่งดิวะ ใจเย็น**
아직 안 돼. 진정해.

พ่อมึงอาจจะไปคุยธุระข้างในก็ได
안에서 사업상 이야기 중일 수도 있어.

ใครอยู่ข้างในก็ไม่รู้อ่ะมึง ลงไปข้างล่างดีกว่ามึง
누가 있을지 어떻게 알아. 아래층으로 가자.

단어 ใจเย็น 진정하다 | ธุระ 사업적인 일, 일, 용무

★영화 속 핵심 문형

오늘의 장면 속 다양한 문형을 학습해 봅시다.

ปาล์มเดี๋ยว ๆ เดี๋ยว ไม่เล่น ปาล์ม
빰, 잠시만, 잠시! 장난치지 마, 빰.

'เดี๋ยว'는 '잠시', '찰나', '순간', '곧'이라는 뜻입니다.

รอเดี๋ยวนะคะ หนูจะไปตามเธอให้นะคะ
잠시만 기다려. 내가 따라 갈게.

เดี๋ยวปัญหาทั้งหมดจะได้รับการแก้ไขให้ดีนะ
곧 모든 문제가 잘 해결될 거야.

단어 รอ 기다리다 | ปัญหา 문제 | แก้ไข 해결하다

ทำไมรถพ่อมึงเลี้ยวไปทางนั้นวะ
왜 좌회전하시지?

'เลี้ยว'는 '돌다', '회전하다'라는 뜻으로 주로 'ซ้าย(좌)', 'ขวา(우)'와 함께 쓰여 '좌회전', '우회전'을 나타냅니다.

เลี้ยวขวาตรงนั้นจะเจอร้านขายยาครับ
거기서 우회전하시면 약국이 보일 거예요.

เดินตรงไปประมาณ 5 นาทีแล้วเลี้ยวซ้ายตรงสี่แยกค่ะ
5분 정도 직진하다가 사거리에서 좌회전하세요.

단어 ร้านขายยา 약국 | สี่แยก 사거리

ไฟล์ทเช้าแบบนี้ มีไปเชียงใหม่ที่เดียว

아침 비행기는 치앙마이행 뿐이야.

'เดียว'는 '단일의', '하나의'라는 뜻으로 유일한 것을 표현할 때 사용됩니다.

เหลือเพียงทางเดียวสำหรับเรา ไปเลย

우리에게 남은 길은 단 하나야. 가 보자!

ปวดหัวจริง ๆ ก็เลยพูดไม่ได้แม้แต่คำเดียว

머리가 너무 아파서 말을 한마디도 못 하겠어.

단어 **เพียง** 단지, 겨우 | **แม้แต่** ~조차

พ่อมึงอาจจะไปคุยธุระข้างในก็ได้

안에서 사업상 이야기 중일 수도 있어.

'ก็ได้'는 '~도 가능하다'라는 뜻으로 다양한 상황에서 활용되는 표현이기 때문에 예문과 함께 그 쓰임을 기억해 두는 것이 좋습니다.

เลือกอันไหนก็ได้ พี่จะซื้อให้หมดเลย

뭐든 다 골라. 언니가 다 사줄 수 있어!

หลังเลิกงานแล้วคุณโทรหาฉันเมื่อไรก็ได้

퇴근 후에 언제든지 전화 주셔도 좋습니다.

단어 **เลือก** 고르다 | **เลิกงาน** 퇴근하다

★ 확인 테스트

오늘의 장면을 떠올리며 문제를 풀어 보세요.

1 보기에서 적절한 단어를 빈칸에 넣어 문장을 완성하세요.

보기	คำถาม แบบนี้ ทาง

① พ่อครับ กิ๊งมี __________ ครับ พ่อ
아버님, 낑이 물어볼 게 있대요!

② ไฟล์ทเช้า __________ มีไปเชียงใหม่ที่เดียว
아침 비행기는 치앙마이행 뿐이야.

③ ทำไมรถพ่อมึงเลี้ยวไป __________ นั้นวะ
왜 좌회전하시지?

2 괄호 안의 단어를 사용하여 다음 문장을 태국어로 써 보세요.

① 빰, 잠시만, 잠시! 장난치지 마, 빰.

______________________________ (เดี๋ยว, เล่น)

② 촌부리에 비행기로 가시나?

______________________________ (ขึ้น, ชลบุรี)

③ 나도 들어갈래.

______________________________ (เข้า)

정답 확인

1 ① คำถาม ② แบบนี้ ③ ทาง

2 ① ปาล์มเดี๋ยว ๆ เดี๋ยว ไม่เล่น ปาล์ม ② พ่อมึงจะขึ้นเครื่องไปชลบุรีเหรอวะ ③ มึง กูเข้าไปเลยนะ

03 어쩌면 같이 사는 것보다 나을 수도 있어.

오늘의 장면

치앙마이까지 따라간 빰과 낑은
아버지의 외도를 확인하게 된다.

★ 오늘의 핵심 표현

다음 문장을 큰 소리로 세 번씩 읽어 보세요. TRACK 03_01

❶ **ไม่ได้ยินว่ะ กำแพงแม่งหนา** ☑☐☐
안 들려. 벽이 너무 두꺼워.

❷ **มันแย่ขนาดนั้นเลยเหรอวะ** ☐☐☐
그렇게 심해?

❸ **กูว่า กูจะบอกแม่นะ แล้วเค้าก็คงหย่ากัน** ☐☐☐
엄마한테 말해야겠어. 아마 이혼하시겠지.

❹ **บางทีอาจจะดีกว่าตอนที่อยู่ด้วยกันก็ได้นะเว้ย** ☐☐☐
어쩌면 같이 사는 것보다 나을 수도 있어.

★영화 속 바로 이 장면

오늘의 장면 속 핵심 문장을 학습해 봅시다.

핵심 장면 ①

TRACK 03_02

깅 **ไม่ได้ยินว่ะ กำแพงแม่งหนา**
안 들려. 벽이 너무 두꺼워.

빰 **เค้าบอกตรงช่องปลั๊กกำแพงมันจะมีรู**
콘센트에서 더 잘 들린대.

깅 **ได้ยินป่ะ ได้ยินป่ะ**
들려? 들려?

단어 กำแพง 벽, 담, 울타리 | ช่องปลั๊ก 플러그 | รู 구멍

핵심 장면 ②

TRACK 03_03

깅 **ไหนกูฟังบ้างดิ**
좀 들어야겠어.

빰 **ก็กูบอกไม่มีอะไรมึงจะฟังทำไมวะ**
안 들린다는데 왜 고집이야?

깅 **ไม่มีอะไรมึงก็หลบดิ**
그 말 진짜면 비켜.

มันแย่ขนาดนั้นเลยเหรอวะ
그렇게 심해?

단어 บ้าง 좀, 약간 | หลบ 비키다, 피하다 | แย่ 나쁘다, 형편없다

핵심 장면 ③

TRACK 03_04

낑 กูว่า กูจะบอกแม่นะ แล้วเค้าก็คงหย่ากัน
엄마한테 말해야겠어. 아마 이혼하시겠지.

빰 **ตอนพ่อแม่กูเลิกกัน กูร้องไห้เป็นอาทิตย์เลยนะเว้ย**
우리 부모님 이혼하셨을 때 난 일주일 동안 울었어.

단어 หย่า 이혼하다 | เลิกกัน 이혼하다, 헤어지다

핵심 장면 ④

TRACK 03_05

빰 **แต่มึงเชื่อกู**
내 말 믿어.

เดี๋ยวมันก็ดีขึ้น
곧 괜찮아져.

บางทีอาจจะดีกว่าตอนที่อยู่ด้วยกันก็ได้นะเว้ย
어쩌면 같이 사는 것보다 나을 수도 있어.

단어 บางที 어쩌면

★ 영화 속 핵심 문형

오늘의 장면 속 다양한 문형을 학습해 봅시다.

ไม่ได้ยินว่ะ กำแพงแม่งหนา

안 들려. 벽이 너무 두꺼워.

'ได้ยิน'은 '들리다(hear)'라는 뜻으로 자연스럽게 귀에 들리는 것을 의미하므로, 노력을 기울여 집중하여 듣는다는 뜻인 'ฟัง(listen)'과 잘 구분해서 써야 합니다.

ผมตื่นมาแต่เช้ามืดเพราะได้ยินเสียงก่อสร้าง เหนื่อยจังอ่ะ

공사 소리 때문에 새벽에 잠에서 깼어. 너무 피곤하다.

ได้ยินป่ะ ๆ ว่าคุณวินนี่ที่เพื่อนมึงจะได้รับเลื่อนตำแหน่ง

들었어? 들었어? 네 친구 윈니 씨 승진한대!

단어 เช้ามืด 새벽 | ก่อสร้าง 공사하다, 건설하다 | เลื่อน 승진하다

มันแย่ขนาดนั้นเลยเหรอวะ

그렇게 심해?

'ขนาด'은 '크기', '정도', '넓이'라는 뜻으로, 특히 '정도'라는 뜻으로 쓰이면 뒤에 'นี้(이)', 'นั้น(그)', 'โน้น(저)'과 같은 지시 형용사를 붙여 사용합니다.

ฉันไม่รู้ว่า ทำไมคุณถึงโกรธขนาดนี้

나는 네가 왜 이렇게 화가 났는지 모르겠어.

ทีวีเครื่องนี้มีขนาดใหญ่ดังนั้นเหมาะสำหรับการดูหนังเนอะ

이 텔레비전은 크기가 커서 영화 보기에 좋겠다.

단어 โกรธ 화나다 | เหมาะ 적합하다

กูว่า กูจะบอกแม่นะ แล้วเค้าก็**คง**หย่ากัน

엄마한테 말해야겠어. 아마 이혼하시겠지.

'**คง**'은 '아마', '대개'라는 뜻으로 추측이나 확신의 의미가 담겨있는 표현입니다. 미래형인 '**จะ**'와 함께 사용하여 '**คงจะ**(아마 ~할 것이다)'라는 의미로도 활용이 가능합니다.

แม่**คง**ออกเดินทางแล้ว

엄마는 이미 출발하셨을 거야.

ลองทำแบบนี้ดูก็**คงจะ**ดี

이렇게 해 보면 아마도 좋을 것 같아.

단어 ออกเดินทาง 출발하다

บางทีอาจจะดีกว่าตอนที่อยู่ด้วยกันก็ได้นะเว้ย

어쩌면 같이 사는 것보다 나을 수도 있어.

'**บางที**'는 '어쩌면', '가끔'이라는 뜻으로 '**บางครั้ง**'으로 바꿔서 사용 가능합니다.

บางทีลิงก็ตกจากต้นไม้

원숭이도 가끔 나무에서 떨어질 때가 있다.

บางทีมันก็ดีที่จะเดินทางไกลจากชีวิตประจำวัน

가끔은 일상에서 멀어져서 여행하는 것이 좋아.

단어 ลิง 원숭이 | ชีวิตประจำวัน 일상. 일상생활

★확인 테스트

오늘의 장면을 떠올리며 문제를 풀어 보세요.

1 보기에서 적절한 단어를 빈칸에 넣어 문장을 완성하세요.

보기
ลดระดับลง　หลบ　ตรง

① เค้าบอก ____________ ช่องปลั๊กกำแพงมันจะมีรู
콘센트에서 더 잘 들린대.

② ไม่มีอะไรมึงก็ ____________ ดิ
그 말 진짜면 비켜.

③ เรากำลัง ____________ สู่ท่าอากาศยานนานาชาติสุวรรณภูมิค่ะ
지금 수완나품 공항에 도착하고 있습니다.

2 괄호 안의 단어를 사용하여 다음 문장을 태국어로 써 보세요.

① 안 들려. 벽이 너무 두꺼워.

______________________________ (ยิน, หนา)

② 그렇게 심해?

______________________________ (แย่, ขนาด)

③ 아마 이혼하시겠지.

______________________________ (คง, หย่า)

정답 확인

1 ① ตรง ② หลบ ③ ลดระดับลง

2 ① ไม่ได้ยินว่ะ กำแพงแม่งหนา ② มันแย่ขนาดนั้นเลยเหรอวะ ③ เค้าก็คงหย่ากัน

04 방금 넌 날 사랑한다고 했지. 그건 어떤 사랑이야?

오늘의 장면

아버지의 외도 사실을 확인한 후 집으로 돌아가는 빰과 낑
낑이 빰에게 의미심장한 질문을 한다.

★ 오늘의 핵심 표현

다음 문장을 큰 소리로 세 번씩 읽어 보세요. TRACK 04_01

❶ **กูคิดตลอดเลยว่า เค้ารักกูกับแม่มาก**
난 아빠가 나랑 엄마를 무척 사랑한다고 믿었어.

❷ **ที่มึงบอกว่ามึงรักกูเมื่อกี้ รักแบบไหนวะ**
방금 넌 날 사랑한다고 했지. 그건 어떤 사랑이야?

❸ **มึงเป็นเพื่อนที่กูคุยแล้วสบายใจที่สุด**
넌 속을 터놓을 수 있는 유일한 친구야.

❹ **ผู้โดยสารคะ รบกวนนั่งลงก่อนนะคะ**
손님, 앉아 주십시오.

★영화 속 바로 이 장면

오늘의 장면 속 핵심 문장을 학습해 봅시다.

핵심 장면 ①

TRACK 04_02

낑 **มึงรู้ป่ะ พ่อกูงานยุ่งมากเลยนะเว้ย**
있잖아. 아빠는 일 때문에 늘 바쁘셨어.

แต่เค้าก็ไปส่งกูไปโรงเรียนทุกเช้า
그래도 아침마다 날 태워 주셨지.

เพราะว่าไม่อยากให้แม่กูเหนื่อย
엄마가 힘들까 봐.

กูคิดมาตลอดเลยว่า เค้ารักกูกับแม่มาก
난 아빠가 나랑 엄마를 무척 사랑한다고 믿었어.

แต่ตอนนี้กูไม่รู้แล้วว่ารักจริงไหม
근데 우릴 정말 사랑하시는지 지금은 잘 모르겠어.

단어 เหนื่อย 고단하다, 피곤하다 | ตลอด 항상

핵심 장면 ②

TRACK 04_03

낑 **ปาล์ม กูถามอะไรมึงข้อนึงได้ป่ะ แล้วกูจะไม่ถามอีก**
빰, 뭐 하나 물어봐도 돼? 처음이자 마지막으로.

ที่มึงบอกว่ามึงรักกูเมื่อกี้ รักแบบไหนวะ
방금 넌 날 사랑한다고 했지. 그건 어떤 사랑이야?

ตอบก่อน
대답 먼저 해.

단어 ข้อ 사항, 항목, 점 | เมื่อกี้ 방금, 아까, 조금 전에 | แบบ 식, 방식

핵심 장면 ❸

▶| TRACK 04_04

빰 **กูรักมึงจริง ๆ นะกิ๊ง**

정말로 사랑해.

มึงเป็นเพื่อนที่กูคุยแล้วสบายใจที่สุด ตั้งแต่กูเกิดมาละ

넌 속을 터놓을 수 있는 유일한 친구야. 내가 태어난 이후로.

เป็นเพื่อนกันน่ะนะ ไม่ต้องห่วงกัน ไม่ต้องหึงกัน

친구란… 서로 걱정할 필요가 없어. 질투하지도 않지.

ไม่ต้องทะเลาะกัน ไม่ต้องตามใจทุกเรื่องกันนะ

싸우거나 변덕 부릴 일도 없고.

ดีที่สุด เป็นเพื่อนกันไม่ต้องเลิกกันนะเว้ย

가장 좋은 건… 친구는 헤어지지 않아.

단어 สบายใจ 마음이 편안하다 | ห่วง 걱정하다 | หึง 질투하다 | ทะเลาะ 싸우다, 다투다 | ตามใจ 마음대로 하다

핵심 장면 ❹

▶| TRACK 04_05

빰 **มึง**

낑.

낑 **ขอทำใจแปป**

생각 좀 정리해야겠어.

승무원 **ผู้โดยสารคะ รบกวนนั่งลงก่อนนะคะ**

손님, 앉아 주십시오.

단어 ผู้โดยสาร 승객 | รบกวน 부탁하다, 걱정을 끼치다

★영화 속 핵심 문형

오늘의 장면 속 다양한 문형을 학습해 봅시다.

กูคิดมาตลอดเลยว่า เค้ารักกูกับแม่มาก
난 아빠가 나랑 엄마를 무척 사랑한다고 믿었어.

'ว่า'는 '~라고', '~같이'라는 뜻으로 '동사 + ว่า'의 어순으로 쓰여 '~라고 (동사)하다'로 해석됩니다.

ผมคิดว่า ครูจูสอนภาษาไทยได้ดี
난 쭈 선생님이 태국어를 잘 가르치신다고 생각해.

เพื่อนเราบอกว่า ข่าวนั้นเป็นจริงอ่ะ
내 친구가 그 뉴스 사실이라고 말했어.

단어 ข่าว 뉴스 | จริง 사실이다, 진실이다

ที่มึงบอกว่ามึงรักกูเมื่อกี้ รักแบบไหนวะ
방금 넌 날 사랑한다고 했지. 그건 어떤 사랑이야?

'เมื่อกี้'는 '방금', '조금 전에'라는 뜻으로 'เมื่อกี้นี้', 'เมื่อตะกี้นี้'로 사용해도 됩니다. 주로 문장의 맨 앞 또는 맨 뒤에 사용됩니다.

เมื่อกี้คุณไม่ได้ยินเสียงอะไรหรือ
조금 전에 아무 소리도 못 들었나요?

เครื่องบินไปอินชอนบินขึ้นเมื่อกี้นี้
방금 인천행 비행기가 이륙했습니다.

단어 เสียง 소리 | บินขึ้น 이륙하다

มึงเป็นเพื่อนที่กูคุยแล้วสบายใจที่สุด

넌 속을 터놓을 수 있는 유일한 친구야.

🔍 '‍ที่'가 관계대명사로 사용될 때에는 '~인', '~한', '~것'으로 단어, 절, 문장의 앞에 위치하여 접속사의 기능을 할 수 있습니다.

คนที่ยืนอยู่หน้าประตูเป็นเพื่อนของฉันนะ

문 앞에 서 있는 사람은 내 친구야.

ภาษาไทยเป็นภาษาที่มีไวยากรณ์ง่าย

태국어는 문법이 쉬운 언어이다.

단어 ยืน 서다 | ไวยากรณ์ 문법

ผู้โดยสารคะ รบกวนนั่งลงก่อนนะคะ

손님, 앉아 주십시오.

🔍 'รบกวน'은 '부탁하다', '폐를 끼치다'라는 뜻으로, 공식적인 상황처럼 정중하게 말해야 할 때 주로 사용됩니다.

กรุณาเปิดโหมดห้ามรบกวนโทรศัพท์มือถือ

휴대 전화의 방해 금지 모드를 켜주십시오.

รบกวนช่วยมอร์นิ่งคอลสำหรับห้อง 301 พรุ่งนี้เช้า

내일 아침 301호실에 모닝콜을 부탁드립니다.

단어 โหมด 모드 | ห้ามรบกวน 방해 금지 | มอร์นิ่งคอล 모닝콜

★확인 테스트

오늘의 장면을 떠올리며 문제를 풀어 보세요.

1 보기에서 적절한 단어를 빈칸에 넣어 문장을 완성하세요.

보기	ไม่รู้ รัก ที่

① **กูคิดตลอดเลยว่า เค้า __________ กูกับแม่มาก**
난 아빠가 나랑 엄마를 무척 사랑한다고 믿었어.

② **ใครจะรักไม่รักมึงก็ __________ นะเว้ย แต่กูรักมึงกิ๊ง**
누가 널 사랑하는지 난 잘 몰라. 하지만 난 널 사랑해.

③ **มึงเป็นเพื่อน _____ กูคุยแล้วสบายใจ _____ สุด**
넌 속을 터놓을 수 있는 유일한 친구야.

2 괄호 안의 단어를 사용하여 다음 문장을 태국어로 써 보세요.

① 방금 넌 날 사랑한다고 했지. 그건 어떤 사랑이야?

______________________________ (เมื่อกี้, รัก)

② 가장 좋은 건… 친구는 헤어지지 않아.

______________________________ (ที่สุด, เลิก)

③ 손님, 앉아 주십시오.

______________________________ (ผู้โดยสาร, นั่งลง)

정답 확인

1 ① รัก ② ไม่รู้ ③ ที่
2 ① ที่มึงบอกว่ามึงรักกูเมื่อกี้ รักแบบไหนวะ ② ดีที่สุด เป็นเพื่อนกันไม่ต้องเลิกกันนะเว้ย
③ ผู้โดยสารคะ รบกวนนั่งลงก่อนนะคะ

#05

질투심이었어요.

오늘의 장면

새로운 남자 친구가 생긴 낑
그런 낑을 보는 빰은 질투심에 불타오른다.

★ 오늘의 핵심 표현

다음 문장을 큰 소리로 세 번씩 읽어 보세요.

▶ TRACK 05_01

❶ พูดตามกูทำไม
왜 따라 해?

☑ ☐ ☐

❷ มึงแม่ง ใจร้ายอ่ะ
정말 못됐어.

☐ ☐ ☐

❸ พรุ่งนี้กูย้ายโต๊ะกลับไปนั่งข้างมึงก็ได้
내일 네 옆자리로 갈게.

☐ ☐ ☐

❹ ความรู้สึกนั้นมันก็ฟ้องเลยฮะ ว่าผมหึงมัน
그 감정은 모순이었죠. 질투심이었어요.

☐ ☐ ☐

★영화 속 바로 이 장면

오늘의 장면 속 핵심 문장을 학습해 봅시다.

 # 핵심 장면 ① TRACK 05_02

빰/낑 **สวยแล้วแป้ง เอาใหม่ ๆ**
잘했어! 다시 해 봐.

빰/낑 **เฮ้ย**
안녕.

빰/낑 **พูดตามกูทำไม**
왜 따라 해?

단어 **ใหม่** 다시, 새롭다 | **ตาม** 다른 사람을 흉내내다

 # 핵심 장면 ② TRACK 05_03

낑 **เหี้ย ใครจะไปพูดได้วะ มึงแม่ง ใจร้ายอ่ะ**
바보, 그걸 누가 따라 해? 정말 못됐어.

빰 **มึงแหละใจร้าย**
네가 더 못됐지.

ไม่คุยกับกูแล้วยังเอาปิยะชาติมานั่งข้างกูอีก
나랑 말도 안 하고 피야찻이랑 앉게 하다니.

ตีนแม่งโคตรเหม็นเลย คุยกับแม่งก็ไม่รู้เรื่อง
걔는 발 냄새도 지독하고, 말도 이상하게 해.

단어 **ใจร้าย** 모질다, 잔인하다 | **ตีน** 발을 속되게 이르는 말 | **โคตร** 매우, 많이

핵심 장면 ③

TRACK 05_04

깽 **เออ** พรุ่งนี้กูย้ายโต๊ะกลับไปนั่งข้างมึงก็ได้

알았어. 내일 네 옆자리로 갈게.

빰 **เดี๋ยว มึงจะใช้กูทำอะไรอีกป่ะเนี่ย**

잠깐, 이번엔 또 뭘 시키려고?

단어 **ย้าย** 옮기다, 이동하다 | **ข้าง** 옆, 쪽, 편

핵심 장면 ④

TRACK 05_05

빰 **เป็นเพื่อนกันมันก็ดีอยู่แล้ว**

친구면 됐지.

ทำไมฟังประโยคนี้แล้วมันเจ็บจี๊ดขึ้นมาซะงั้นก็ไม่รู้นะฮะ

이 말을 들었을 땐 왜 마음이 아픈지 몰랐어요.

ความรู้สึกนั้นมันก็ฟ้องเลยฮะ ว่าผมหึงมัน

그 감정은 모순이었죠. 질투심이었어요.

ทั้งที่ผมขอเป็นเพื่อนกับมันเองแท้ ๆ

하지만 제가 먼저 확실하게 선을 그었는걸요.

버디3 **คนไหนเหรอครับ**

누군데요?

빰 **นู่นน่ะครับ ที่ร้องเพลงอยู่บนเวที**

무대에서 노래 부르는 여자요.

단어 **เจ็บจี๊ด** 아프다, 쿡쿡거리다 | **ฟ้อง** 모순되다, 불일치하다 | **แท้** 진실하다, 확실하다 | **เวที** 무대

★영화 속 핵심 문형

오늘의 장면 속 다양한 문형을 학습해 봅시다.

พูดตามกูทำไม
왜 따라 해?

'ตาม'은 '따르다', '뒤쫓다', '~대로'라는 뜻의 동사로 뒤에 뒤쫓는 대상을 쓰면 됩니다.

เราจะเข้าเรียนที่มหาลัยเชียงใหม่ตามเพื่อนสนิท
나는 내 친한 친구를 따라서 치앙마이 대학교에 입학할 거예요.

ตามรายงานสินค้าใหม่นั้นจะฮิตเลย
보고서에 따르면 그 신제품은 히트칠 거야!

단어 **เข้าเรียน** 입학하다 | **สนิท** 친밀하다 | **รายงาน** 보고서 | **ฮิต** 히트하다, 흥행하다

มึงแม่ง ใจร้ายอ่ะ
정말 못됐어.

'ใจ'는 '마음', '심성'이라는 뜻으로 'ใจ' 뒤에 형용사가 오게 되면 성격을 의미하게 되어 다양하게 활용이 가능합니다. 'ใจร้าย'는 '모질다', '무정하다'라는 뜻을 나타냅니다.

ขอบคุณค่ะ คุณใจดีมากค่ะ
감사합니다. 당신은 정말 친절하시네요.

คนเกาหลีโดยทั่วไปเป็นคนใจร้อน
한국인들은 대체로 성격이 급해요.

단어 **ใจดี** 친절하다, 상냥하다 | **ใจร้อน** 성급하다

พรุ่งนี้กูย้ายโต๊ะกลับไปนั่งข้างมึงก็ได้

내일 네 옆자리로 갈게.

'ข้าง'은 방향부사 뒤에 쓰여 '~쪽', '~편', '~측'의 의미로 주로 사용되지만 여기서는 '옆'이라는 의미로 사용되었습니다.

กูจะอยู่ข้าง ๆ เธอเสมอ

나는 항상 너의 곁에 있을 거야.

ผมสามารถย้ายที่นั่งไปข้างหน้าต่างได้ไหมครับ

창가 쪽으로 자리를 이동해도 될까요?

단어 เสมอ 항상 | ที่นั่ง 자리, 좌석 | หน้าต่าง 창문

ความรู้สึกนั้นมันก็ฟ้องเลยฮะ ว่าผมหึงมัน

그 감정은 모순이었죠. 질투심이었어요.

'มัน'은 3인칭 대명사로 '그(것)'이라고 해석되며 가주어, 가목적어로 사용 가능합니다.

อย่าทรมานมันและปล่อยให้มันอยู่คนเดียว

걔를 괴롭히지 말고, 그냥 혼자 내버려 둬.

มันเป็นความจริงที่พ่อแม่เราจะกลับมาเกาหลี

나의 부모님이 한국에 돌아오실 예정이라는 것은 사실이에요.

단어 ทรมาน 괴롭히다 | ปล่อย 두다, 방치하다, 방임하다 | กลับมา 돌아오다

오늘의 장면을 떠올리며 문제를 풀어 보세요.

1 보기에서 적절한 단어를 빈칸에 넣어 문장을 완성하세요.

보기 คบกับ ย้าย มัน

① พรุ่งนี้กู ________ โต๊ะกลับไปนั่งข้างมึงก็ได้
내일 네 옆자리로 갈게.

② กู ________ พี่หลุยส์แล้วนะ
나 루이스랑 사귀어.

③ ความรู้สึกนั้น ________ ก็ฟ้องเลยฮะ ว่าผมหึง ________
그 감정은 모순이었죠. 질투심이었어요.

2 괄호 안의 단어를 사용하여 다음 문장을 태국어로 써 보세요.

① 왜 따라 해?

________ (ตาม)

② 정말 못됐어.

________ (แม่ง)

③ 친구면 됐지. 안 그래?

________ (ก็, อยู่)

1 ① ย้าย ② คบกับ ③ มัน

Review #01~#05 복습

★단어 기억하기

음원을 듣고 알맞은 태국어를 써 보세요.

TRACK 05_06

❶ ____________ ❷ ____________

❸ ____________ ❹ ____________

❺ ____________ ❻ ____________

★표현 기억하기

주어진 단어를 알맞은 순서로 배열해 보세요.

❶ ชลบุรี / ตรงไป / เหมือนกันน่ะ / ก็ถึง

쭉 가면 촌부리야.

____

❷ แล้วเค้าก็ / กูจะบอก / คง / แม่น่ะ / หย่ากัน

엄마한테 말해야겠어. 아마 이혼하시겠지.

____

❸ ฟ้องเลยฮะ / ว่าผมหึงมัน / นั้นมันก็ / ความรู้สึก

그 감정은 모순이었죠. 질투심이었어요.

____

주어진 문장을 흐름에 따라 알맞은 순서로 배열해 보세요.

❶ (a) จะรู้ได้ไงพ่อมึงจะบินไปไหน

(b) กูเช็คตารางบินละ ไฟล์ทเช้าแบบนี้ มีไปเชียงใหม่ที่เดียว โรงงานพ่อกูไม่มีสาขาที่นั่นแน่ ๆ

(c) พ่อมึงคงไปทำธุระอะไรของเค้าแหละมั้ง ไป กลับเหอะ

(d) ปาล์ม กูยืมเงินหน่อย อืม เดี๋ยวกูคืนให้นะ

답 ________________

❷ (a) มึงรู้ป่ะ พ่อกูงานยุ่งมากเลยนะเว้ย

(b) กูคิดมาตลอดเลยว่าเค้ารักกูกับแม่มาก แต่ตอนนี้กูไม่รู้แล้วว่ารักจริงไหม

(c) แต่เค้าก็ไปส่งกูไปโรงเรียนทุกเช้า เพราะว่าไม่อยากให้แม่กูเหนื่อย

(d) ใครจะรักไม่รักมึงก็ไม่รู้นะเว้ย แต่กูรักมึงก๊ิง ไม่เป็นไร ๆ อยู่กับกูไปก่อนเนอะ

답 ________________

❸ (a) เชี่ย เขาไปทำอีท่าไหนวะ มึงที่ยอมเนี่ย

(b) จ้า มีแฟนแล้วมีความลับกับเพื่อน

(c) กูคบกับพี่หลุยส์แล้วนะ

(d) ความลับ

답 ________________

06 프렌드 존에서 10년!

오늘의 장면

빰은 지인의 결혼식장에서 만난 세 명의 남자와
각자의 프렌드 존에 대해 이야기한다.

★ 오늘의 핵심 표현

다음 문장을 큰 소리로 세 번씩 읽어 보세요. TRACK 06_01

❶ แล้วมันก็เต้นกับแฟนมันอยู่หน้าเวทีตอนนี้เลย ☑☐☐
남자 친구랑 춤추고 있죠.

❷ พอโดนดาการดาปฏิเสธ ใจแข็ง หนีไปทะเล แล้วก็มีแฟนใหม่ ☐☐☐
다칸다에게 차였을 때 씩씩하게 해변으로 가서 새 여자를 만나죠.

❸ เค้ายังลืมแฟนเก่าไม่ได้ ☐☐☐
이전 남자 친구를 여전히 못 잊더라고요.

❹ นี่คุณรอเค้ามาตลอด 10 ปีเลยเหรอ ☐☐☐
10년을 줄곧 기다렸어요?

★영화 속 바로 이 장면

오늘의 장면 속 핵심 문장을 학습해 봅시다.

핵심 장면 ❶

TRACK 06_02

버디2 **ดูมีเสน่ห์จริง ๆ ด้วยนะครับ**
정말 매력적이네요.

버디1 **แต่ผมเข้าใจคุณนะ เพราะของผมก็มา**
그 마음 이해해요. 저도 같은 경우예요.

แล้วมันก็เต้นกับแฟนมันอยู่หน้าเวทีตอนนี้เลย
남자 친구랑 춤추고 있죠.

คือเราสนิทกันมานาน แต่มัน ช่างไม่รู้อะไรบ้างเลย
오랫동안 친구로 지냈죠. 근데… 걘 내 맘 몰라요.

단어 เสน่ห์ 매력 | เต้น 춤추다

핵심 장면 ❷

TRACK 06_03

빰 **เหมือนเรื่อง เพื่อนสนิทเลยนะครับ**
영화 '디어 다칸다'처럼요?

버디1 **ไม่เหมือนหรอกครับ ไข่ย้อยอ่ะ พอโดนดาการดาปฏิเสธ**
아뇨! 거기서 주인공은 다칸다에게 차였을 때

ใจแข็ง หนีไปทะเล แล้วก็มีแฟนใหม่
씩씩하게 해변으로 가서 새 여자를 만나죠.

단어 โดน ~을 당하다(수동) | ปฏิเสธ 차다, 거부하다 | หนี 달아나다, 도망치다

 # 핵심 장면 ③

TRACK 06_04

버디2 **ของผมก็เหมือน ๆ กันอ่ะครับ** เค้ายังลืมแฟนเก่าไม่ได้

저도 마찬가지예요. 이전 남자 친구를 여전히 못 잊더라고요.

แล้วบอกให้ผมรอในฐานะเพื่อนไปก่อน

저보고 친구로 남아 달래요.

เหมือนหมาเลยครับ ที่มันรักเจ้าของได้แค่คนเดียว

마치 개가 주인에게만 충성하듯이….

버디3 **ผมเข้าใจครับ ๆ**

이해해요.

단어 เก่า 이전의, 앞의 | ฐานะ 신분, 지위 | เจ้าของ 주인

 # 핵심 장면 ④

TRACK 06_05

버디2 **เดี๋ยวนะคุณ 1 ทศวรรษเลยนะครับ**

잠깐! 10년?

버디1 นี่คุณรอเค้ามาตลอด 10 ปีเลยเหรอ

10년을 줄곧 기다렸어요?

빰 **ก็ไม่ถึงกับรอหรอกครับ**

기다린 건 아니에요.

단어 ทศวรรษ 10년 | หรอก ~이에요?, ~해요?(어조사)

★ 영화 속 핵심 문형

오늘의 장면 속 다양한 문형을 학습해 봅시다.

แล้วมันก็เต้นกับแฟนมันอยู่หน้าเวทีตอนนี้เลย
남자 친구랑 춤추고 있죠.

'อยู่'가 '~하고 있다'의 현재진행을 나타내는 조동사로 사용될 때에는 문장의 끝에 위치합니다. 현재진행을 나타내는 또 다른 조동사 'กำลัง'과 함께 쓰일 때는 'กำลัง + 동사 + อยู่'의 형태로 사용할 수 있습니다.

น้องทำการบ้านอยู่ในห้อง
동생은 방에서 숙제를 하고 있어요.

ตอนนี้เธอกำลังทำอะไรอยู่
너 지금 뭐 하고 있어?

단어 กำลัง ~하고 있다(현재진행 조동사)

พอโดนดาการดาปฏิเสธ ใจแข็ง หนีไปทะเล แล้วก็มีแฟนใหม่
다칸다에게 차였을 때 씩씩하게 해변으로 가서 새 여자를 만나죠.

'โดน'은 수동형 동사로 '당하다', '부딪히다'라는 뜻이며, 'โดน + 주어 + 동사'의 어순으로 쓰여 '(주어)가 (동사) 당하다'라는 뜻을 나타냅니다.

เมื่อคืนผมนอนไม่หลับเพราะโดนยุงกัด
어젯밤에 모기에 물려서 잠을 자지 못했어요.

พนักงานคนนั้นโดนลูกค้าด่าอย่างไม่ยุติธรรม
저 직원은 손님에게 억울하게 욕을 먹었어요.

단어 ยุง 모기 | กัด 물다, 깨물다 | พนักงาน 직원 | ยุติธรรม 공평하다 | ไม่ยุติธรรม 억울하다

เค้ายังลืมแฟนเก่าไม่ได้

이전 남자 친구를 여전히 못 잊더라고요.

🔍 '**ยัง**'는 '아직', '여전히', '계속해서'라는 뜻으로 주로 동사 앞에 위치합니다.

วันนี้ก็ปวดท้องมาก จึงยังไม่ได้กินข้าว

오늘도 배가 너무 아파서 아직 밥을 먹지 못했어요.

คดีนี้ดูเหมือนจะเป็นปัญหาที่ยังไม่ได้รับการแก้ไข

이 사건은 아직 풀리지 않은 수수께끼인 것 같아요.

> **단어** **ท้อง** 배(신체) | **คดี** 사건 | **ดูเหมือน** 마치 ~인 것 같다

นี่คุณรอเค้ามาตลอด 10 ปีเลยเหรอ

10년을 줄곧 기다렸어요?

🔍 '**ตลอด**'은 '언제나', '늘', '끊임없이'라는 뜻을 나타낼 때 사용합니다.

คุณแม่ดูแลน้องที่ป่วยตลอดคืน

어머니께서는 아픈 동생을 밤새도록 간호했어요.

ผมจะไม่ลืมบุญนี้ตลอดชีวิต

이 은혜는 평생 잊지 않겠습니다.

> **단어** **ดูแล** 간호하다, 돌보다 | **บุญ**(=บุญคุณ) 은혜

★확인 테스트

오늘의 장면을 떠올리며 문제를 풀어 보세요.

1 보기에서 적절한 단어를 빈칸에 넣어 문장을 완성하세요.

보기: เต้น เสน่ห์ ฐานะ

① ดูมี ________ จริง ๆ ด้วยนะครับ
정말 매력적이네요.

② แล้วมันก็ ________ กับแฟนมันอยู่หน้าเวทีตอนนี้เลย
남자 친구랑 춤추고 있죠.

③ แล้วบอกให้ผมรอใน ________ เพื่อนไปก่อน
저보고 친구로 남아 달래요.

2 괄호 안의 단어를 사용하여 다음 문장을 태국어로 써 보세요.

① 다칸다에게 차였을 때 씩씩하게 해변으로 가서 새 여자를 만나죠.

________________________________ (โดน, หนี)

② 이전 남자 친구를 여전히 못 잊더라고요.

________________________________ (ลืม, เก่า)

③ 10년을 줄곧 기다렸어요?

________________________________ (รอ, เหรอ)

정답 확인

1 ① เสน่ห์ ② เต้น ③ ฐานะ

2 ① พอโดนดาการดาปฏิเสธ ใจแข็ง หนีไปทะเล แล้วก็มีแฟนใหม่ ② เค้ายังลืมแฟนเก่าไม่ได้
③ นี่คุณรอเค้ามาตลอด 10 ปีเลยเหรอ

07 이렇게 잠적할 거면 그냥 꺼져버려!

오늘의 장면

헤어진 전 여자 친구를 회상하는 빰
낑은 바람피운 남자 친구 루이스와 헤어진다.

★ 오늘의 핵심 표현

다음 문장을 큰 소리로 세 번씩 읽어 보세요. TRACK 07_01

❶ ถ้าพี่ปาล์มจะหายหัวไปขนาดนี้
ก็หาย ๆ ไปเลยเหอะ
이렇게 잠적할 거면 그냥 꺼져버려!

❷ ขอให้เราหมดเวรหมดกรรมกันสักทีนะค่ะ
이제 제발 끝내게 해 주세요.

❸ รูปคู่ก็ตั้งอยู่ ยังกล้าเอากันตรงนี้เลย
커플 사진이 멀쩡히 있는데도 여기서 그 짓을 했어!

❹ แม้ว่าโต๊ะจะยังไม่หาย เดี๋ยวกูโยนทิ้งให้
비록 탁자는 여기 있지만, 내가 널 위해 버려 줄게.

★영화 속 바로 이 장면

오늘의 장면 속 핵심 문장을 학습해 봅시다.

핵심 장면 ①

TRACK 07_02

빰 **ช่างมันเถอะแป้ง เอาเป็นว่าพี่ขอโทษนะ**
내가 잘못했다고 치자.

พี่ขอโทษจริง ๆ
정말 미안해.

뺑 ถ้าพี่ปาล์มจะหายหัวไปขนาดนี้ ก็หาย ๆ ไปเลยเหอะ
이렇게 잠적할 거면 그냥 꺼져버려!

빰 **เดี๋ยว ๆ แป้ง โอ๊ย**
뺑, 잠깐….

단어 หายหัว 모습을 나타내지 않다, 사라지다

핵심 장면 ②

TRACK 07_03

전 여자 친구 2 ขอให้เราหมดเวรหมดกรรมกันสักทีนะคะ
이제 제발 끝내게 해 주세요.

빰 **คืออาตมา**
난….

단어 หมดเวรหมดกรรม(=หมดเวร) 모든 것을 끝내다 | **สักที** 한 번, 한 번에, 잠깐 | อาตมา 승려의 1인칭 대명사, 자신, 본인

핵심 장면 ❸

▶| TRACK 07_04

깽 **มีเหี้ยอะไร**

뭔데.

빰 **ความทรงจำดี ๆ ที่ซาวันน่าปาร์คไง**

사바나 공원에서의 추억이 있잖아.

낑 **รูปคู่ก็ตั้งอยู่ ยังกล้าเอากันตรงนี้เลย**

커플 사진이 멀쩡히 있는데도 여기서 그 짓을 했어!

단어 **ความทรงจำ** 추억 | **กล้า** 감히~하다, 용감하다

핵심 장면 ❹

▶| TRACK 07_05

빰 **แล้ว กิ๊งจะผ่านไปด้วยดี แล้วใจของกิ๊งจะเปลี่ยนไป**

낑은 잘 이겨낼 거야. 상처는 곧 아물고,

แล้ววันหนึ่งพี่หลุยส์จะหายไป

루이스를 잊게 되겠지.

แม้วันนี้โต๊ะยังตั้งอยู่

탁자는 그대로 있지만,

แม้ว่าโต๊ะจะยังไม่หาย เดี๋ยวกูโยนทิ้งให้

비록 탁자는 여기 있지만, 내가 널 위해 버려 줄게.

단어 **หาย** 없어지다, 사라지다 | **โยนทิ้ง** 던져버리다, 팽개치다

★영화 속 핵심 문형

오늘의 장면 속 다양한 문형을 학습해 봅시다.

ถ้าพี่ปาล์มจะหายหัวไปขนาดนี้ ก็หาย ๆ ไปเลยเหอะ
이렇게 잠적할 거면 그냥 꺼져버려!

'ถ้า'는 가정을 나타내는 접속사로 '만약', '만일 ~라면'의 뜻을 가지며 뒤에 절이 이어질 때는 주로 'ก็'를 사용하여 이어줍니다.

กรุณายกมือขึ้นถ้าคุณเห็นด้วยกับญัตตินี้
이 안건에 동의한다면 손을 들어주십시오.

ถ้าไม่มีเรื่องอะไรเป็นพิเศษงานจะดำเนินไปตามกำหนดการ
별일 없으면 행사는 예정대로 진행될 거야.

단어 ยก 들다 | เห็นด้วย 동의하다 | ญัตติ 안건 | ดำเนิน 진행하다

ขอให้เราหมดเวรหมดกรรมกันสักทีนะคะ
이제 제발 끝내게 해 주세요.

'ขอให้'는 '바라다', '원하다', '축원하다'라는 뜻으로 뒤에 문장이나 동사(구)가 위치합니다.

สุขสันต์วันเกิดนะ ขอให้เธอมีความสุขมากในวันนี้
생일 축하해. 오늘 매우 행복하길 바라.

ขอให้ทีมชาติเกาหลีจะได้ผลที่ดีในฟุตบอลโลกครั้งนี้
이번 월드컵에서 한국 대표팀이 좋은 성적을 거두길 바랍니다.

단어 ทีม 팀 | ได้ผล 성과를 얻다 | ฟุตบอลโลก 월드컵

รูปคู่ก็ตั้งอยู่ ยังกล้าเอากันตรงนี้เลย

커플 사진이 멀쩡히 있는데도 여기서 그 짓을 했어!

🔍 '**ก็**'가 접속사로 사용될 때는 주로 '~도', '또한'이라는 뜻으로 사용되며, 이와 같이 문장에서 접속사 역할을 할 때 '**ก็**'는 항상 주어의 뒤에 위치합니다.

ฉันก็จะไปที่นั่นเหมือนกัน

나도 거기 갈 거야.

คนไทยก็ชอบอาหารเผ็ด

태국인도 매운 음식을 좋아해요.

> 단어 อาหารเผ็ด 매운 음식

แม้ว่าโต๊ะจะยังไม่หายเดี๋ยวกูโยนทิ้งให้

비록 탁자는 여기 있지만, 내가 널 위해 버려 줄게.

🔍 '**ถึง(แม้ว่า)…ก็**'는 '비록', '설사', '~일지라도'라는 뜻의 접속사로 '**ถึง(แม้ว่า)** + A + **ก็** + B(비록 A할지라도 B하다)'의 문형으로 쓰입니다.

แม้ว่าเขาจะเสียเปรียบทางร่างกายแต่เขาก็ไม่ยอมแพ้

그는 신체적으로 불리할지라도 포기하지 않는다.

แม้อากาศจะร้อนแต่นักท่องเที่ยวจำนวนมากก็มาเยือนประเทศไทย

더운 날씨에도 불구하고 태국을 방문하는 관광객의 수가 많다.

> 단어 เสียเปรียบ 불리하다 | ยอมแพ้ 포기하다 | จำนวน 수, 수량 | เยือน 방문하다

★확인 테스트

오늘의 장면을 떠올리며 문제를 풀어 보세요.

1 보기에서 적절한 단어를 빈칸에 넣어 문장을 완성하세요.

보기	ความรัก หายหัวไป ขอให้

① ถ้าพี่ปาล์มจะ __________ ขนาดนี้ ก็หาย ๆ ไปเลยเหอะ
이렇게 잠적할 거면 그냥 꺼져버려!

② __________ เราหมดเวรหมดกรรมกันสักทีนะคะ
이제 제발 끝내게 해 주세요.

③ คนอย่างเธออ่ะ ไม่มีวันได้เจอ __________ ดี ๆ หรอก
너 같은 인간은 진정한 사랑 못 해.

2 괄호 안의 단어를 사용하여 다음 문장을 태국어로 써 보세요.

① 넌 친구랑 이런 얘기도 하니?

______________________________ (น้องรหัส, แบบนี้)

② 나랑 함께했던 시간이 걔한테 의미가 있을까?

______________________________ (คบกัน, ความหมาย)

③ 비록 탁자는 여기 있지만, 내가 널 위해 버려 줄게.

______________________________ (หาย, ทิ้ง)

정답 확인

1 ① หายหัวไป ② ขอให้ ③ ความรัก
2 ① กับน้องรหัสมึงคุยกันแบบนี้เหรอ ② คบกันมานานขนาดนี้ไม่มีความหมายเลยหรือไงวะ
③ แม้ว่าโต๊ะจะยังไม่หายเดี๋ยวกูโยนทิ้งให้

#08 절 뜻한 게 아니었어요.

오늘의 장면

더 이상 사랑 따위 하지 않겠다는 낑
빰은 그 말에 실망한다.

★오늘의 핵심 표현

다음 문장을 큰 소리로 세 번씩 읽어 보세요. TRACK 08_01

❶ **ผู้ชายเนี่ยนะ แรก ๆ เนี่ยมันก็จะดีกับเรา** ☑☐☐
남자들은 처음엔 다 잘해줘.

❷ **คือเพื่อนผมก็เป็นแค่ผู้จัดการพี่ครับ** ☐☐☐
낑은 그저 매니저잖아요.

❸ **หนูเห็นด้วยกับพี่ปานค่ะ** ☐☐☐
빤 언니 말이 맞아요.

❹ **แม่งไม่ได้หมายถึงผม** ☐☐☐
절 뜻한 게 아니었어요.

★영화 속 바로 이 장면

오늘의 장면 속 핵심 문장을 학습해 봅시다.

핵심 장면 ①

TRACK 08_02

빤 **นี่น้องกิ๊ง** ผู้ชายเนี่ยนะ แรก ๆ เนี่ยมันก็จะดีกับเรา
깅, 있잖아. 남자들은 처음엔 다 잘해줘.

อยู่ข้าง ๆ เรา ดูแลเรา
여자 곁에 있으면서 잘 보살펴주지.

แต่สุดท้ายนะ มันก็หลอกเราอยู่ดีนั่นแหละ
하지만 결국에는 다 바람피워.

สันดานผู้ชายมันไว้ใจไม่ได้ เชื่อพี่เหอะ
남자의 본성을 믿으면 안 돼! 내 말 들어.

단어 **หลอก** 속이다, 기만하다 | **สันดาน** 본성, 본능, 버릇 | **ไว้ใจ** 믿다 | **เชื่อ** 믿다, 신앙을 가지다

핵심 장면 ②

TRACK 08_03

빰 **พี่ปานครับ** คือเพื่อนผมก็เป็นแค่ผู้จัดการพี่ครับ
빤 누나, 낑은 그저 매니저잖아요.

ต้องให้มันขึ้นคานเป็นเพื่อนพี่ด้วยเหรอครับ
누나 독신녀 모임에 낄 필요 있어요?

낑 **อีปาล์ม มึง**
빰, 그만해!

단어 **ผู้จัดการ** 매니저 | **ขึ้นคาน** 독신녀, 노처녀

핵심 장면 ③

TRACK 08_04

빰 **ปานบอกเองไม่ใช่หรอครับ**
누나 노래에도 있잖아요.

ว่าความเหงาเป็นขั้วบวกขั้วลบ
'외로움은 상대적이니

หนุ่มสาวก็ควรได้พบรักกันซีครับ
젊은이들은 사랑을 찾아야 해.'

빤 **ท่อนนั้นน้าแอ๊ดร้องนำ ฉันแค่ร้องประสานเว้ย**
그 부분 애드님이 불렀어. 난 코러스만 했다고.

낑 **หนูเห็นด้วยกับพี่ปานค่ะ หนูแม่งไม่อยากมีความรักอ่า**
빤 언니 말이 맞아요. 이제 사랑 같은 거 안 할래.

단어 เหงา 외롭다 | ขั้วบวก 양극 | ขั้วลบ 음극 | ร้องประสาน 코러스

핵심 장면 ④

TRACK 08_05

버디2 **คุณ เค้าพูดกับคุณขนาดนี้เนี่ย**
이봐요. 그렇게 꼬시는데

ผมว่าเคลมเค้าได้แล้วมั้ง
도장만 찍으면 되겠네요.

빰 **แม่งไม่ได้หมายถึงผม**
절 뜻한 게 아니었어요.

단어 เคลม 요구하다 | เค้า 도장 | หมายถึง 뜻하다, 의미하다

★영화 속 핵심 문형

오늘의 장면 속 다양한 문형을 학습해 봅시다.

ผู้ชายเนี่ยนะ แรก ๆ เนี่ยมันก็จะดีกับเรา

남자들은 처음엔 다 잘해줘.

'แรก'은 '처음', '최초'라는 뜻이며, 반의어는 'สุดท้าย'이고 '최후의', '맨 마지막에', '마침내'라는 뜻입니다.

เขาถูกตัดสินจำคุกสองปีในการพิจารณาคดีครั้งแรก

그는 첫 번째 재판에서 징역 2년을 선고받았다.

แต่ได้รับการพ้นโทษในการพิจารณาคดีครั้งสุดท้าย

하지만 마지막 재판에서 무죄를 선고받았다.

단어 ตัดสิน 판결하다 | จำคุก 징역하다 | การพ้นโทษ 원죄 | การพิจารณาคดี 재판

คือเพื่อนผมก็เป็นแค่ผู้จัดการพี่ครับ

낑은 그저 매니저잖아요.

'แค่'는 'แค่ + A'의 구조로 쓰여 '겨우 A뿐', 'A밖에', 'A만의'라는 의미를 나타냅니다.

เกมเป็นแค่เกม อย่าโกรธมากนักซิ

게임은 그냥 게임일 뿐, 너무 화내지 마.

แค่อยากให้เธอรู้ว่า เรารักเธอมานานแล้ว

그냥 내가 오랫동안 널 사랑해 왔다는 것만이라도 알아줬으면 해.

단어 นัก 너무, 대단히, 매우

หนูเห็นด้วยกับพี่ปานค่ะ

빤 언니 말이 맞아요.

🔍 '**เห็นด้วย**'는 '동의하다', '찬성하다'라는 뜻으로 주로 '**กับ**'과 함께 쓰여 '~에 동의하다'라는 의미를 나타냅니다.

ผมไม่เห็นด้วยกับการตัดสินใจนั้นครับ

저는 그 결정에 동의하지 않습니다.

หวังว่าทุกคนจะเห็นด้วยกับฉันค่ะ

여러분들이 저에게 동의해 주시기를 바랍니다.

단어 ตัดสินใจ 결정하다 | หวัง 바라다, 희망하다

แม่งไม่ได้หมายถึงผม

절 뜻한 게 아니었어요.

🔍 '**หมายถึง**···'은 '~을 의미하다', '~라는 의미가 있다'라는 뜻이며 '**หมายความว่า**', '**มีความหมายว่า**'라고 쓰기도 합니다.

ลูกสุนัขแกว่งหางของมันหมายถึงความยินดี

강아지가 꼬리를 흔드는 것은 반가움을 의미한다.

แหวนนี้มีความหมายว่า เขาแต่งงานแล้ว

이 반지는 그가 결혼했다는 것을 의미한다.

단어 ลูกสุนัข 강아지 | แกว่ง 흔들다 | หาง 꼬리 | แหวน 반지

★확인 테스트

오늘의 장면을 떠올리며 문제를 풀어 보세요.

1 보기에서 적절한 단어를 빈칸에 넣어 문장을 완성하세요.

보기 ผู้จัดการ เค้า หลอก

① แต่สุดท้ายนะ มันก็ ___________ เราอยู่ดีนั่นแหละ
하지만 결국에는 다 바람피워.

② คือเพื่อนผมก็เป็นแค่ ___________ พี่ครับ
낑은 그저 매니저잖아요.

③ เค้าพูดกับคุณขนาดนี้เนี่ย ผมว่าเคลม ___________ ได้แล้วมั้ง
그렇게 꼬시는데 도장만 찍으면 되겠네요.

2 괄호 안의 단어를 사용하여 다음 문장을 태국어로 써 보세요.

① 남자들은 처음엔 다 잘해줘.

____ (แรก ๆ, ดี)

② 난 코러스만 했다고.

____ (แค่, ร้องประสาน)

③ 절 뜻한 게 아니었어요.

____ (หมายถึง)

정답 확인

1 ① หลอก ② ผู้จัดการ ③ เค้า
2 ① ผู้ชายเนี่ยนะ แรก ๆ เนี่ยมันก็จะดีกับเรา ② ฉันแค่ร้องประสานเว้ย
③ แม่งไม่ได้หมายถึงผม

09 주지 마. 여자가 너무 많아서 번호를 기억도 못해.

오늘의 장면

새로운 남자 친구와 투닥거리는 낑의 모습을 보고 질투하는 빰

★ 오늘의 핵심 표현

다음 문장을 큰 소리로 세 번씩 읽어 보세요. TRACK 09_01

❶ ไม่เอา เอาอีปาล์มไปร้องสิ
싫어. 그럼 빰 데려가.

❷ อย่าไปให้มัน หญิงเยอะจนจำชื่อไม่แล้ว
주지 마. 여자가 너무 많아서 번호를 기억도 못해.

❸ ไอดอลชัด ๆ เลยครับเนี่ย
분명 내 우상이시라니까.

❹ อีกแก้วนึงเพื่อนเค้าฝากมาเติมอ่ะครับ
한 잔은 친구가 부탁한 거예요.

오늘의 장면 속 핵심 문장을 학습해 봅시다.

 # 핵심 장면 ①

▶ TRACK 09_02

낑	**ไม่ร้องพี่เท็ด ไม่ร้อง**
	나 노래 안 해.
	งานเพื่อนพี่เท็ดกิ๊งไม่รู้จักใครเลยจริง ๆ ไม่เอาอ่ะ
	어기 아는 시람도 없잖아. 싫어.
테드	**น่า เพลงเดียว ร้องคู่เพื่อนพี่**
	딱 한 곡만. 내 친구랑 듀엣으로.
낑	**ไม่เอา เอาอีปาล์มไปร้องสิ งานรุ่นพี่แอร์มันไม่ใช่เหรอ**
	싫어. 그럼 빰 데려가. 파티 호스트가 빰 회사 선배잖아?

단어 ร้องคู่ 듀엣 | รุ่นพี่ 선배

 # 핵심 장면 ②

▶ TRACK 09_03

낑	**อย่ามา มึงจะถ่ายคลิปนักร้องอ่ะดิ**
	여가수 영상 찍으려고 그러지?
테드	**เพื่อนพี่เอง เอาเบอร์เปล่า**
	내 친군데 번호 줄까요?
낑	**อย่าไปให้มัน หญิงเยอะจนจำชื่อไม่แล้ว**
	주지 마. 여자가 너무 많아서 번호를 기억도 못해.

단어 คลิป 클립비디오 | เบอร์ 전화번호 | จำ 기억하다

핵심 장면 ❸

TRACK 09_04

빰 **เห้ย แต่กูจำหน้าได้ทุกคนนะเว้ย**
그래도 얼굴은 기억한다고.

테드 **ไอดอลชัด ๆ เลยครับเนี่ย**
분명 내 우상이시라니까.

낑 **พี่เท็ด นี่แหน่ะ อย่าทำตาม เข้าใจไหม**
테드, 이상한 거 배우기만 해 봐.

단어 **หน้า** 얼굴 | **ไอดอล** 우상, 아이돌 | **ชัด** 분명히, 확실히

핵심 장면 ❹

TRACK 09_05

버디2 **แล้วสองแก้วนี่ดื่มคนเดียวเลยเหรอครับ**
두 잔 다 드시게요?

버디3 **เปล่าครับ อีกแก้วนึงเพื่อนเค้าฝากมาเติมอ่ะครับ**
아뇨, 한 잔은 친구가 부탁한 거예요.

버디2 **ผมก็ เพื่อนฝากมาเติมเหมือนกันน่ะครับ**
저도 친구가 채워 달라고 부탁했어요.

단어 **ฝาก** 부탁하다, 맡기다

★영화 속 핵심 문형

오늘의 장면 속 다양한 문형을 학습해 봅시다.

ไม่เอา เอาอีปาล์มไปร้องสิ

싫어. 그럼 빰 데려가.

'เอา'의 기본 뜻은 '가지다'이고 기본 뜻에서 조금씩 변형되어 '휴대하다', '요구하다', '필요하다'의 의미도 가지고 있습니다. 또한, 'เอา' 뒤에는 항상 명사만 사용할 수 있습니다.

ไม่เอา ผมเป็นภูมิแพ้ลูกพีช

괜찮습니다. 저는 복숭아 알레르기가 있습니다.

ดูเหมือนฝนจะตกในไม่ช้าจึงเอาร่มคันนี้ไป

곧 비가 올 것 같으니 이 우산을 가져가.

단어 ภูมิแพ้ 알레르기 | ลูกพีช 복숭아 | ร่มคัน 우산

อย่าไปให้มัน หญิงเยอะจนจำชื่อไม่แล้ว

주지 마. 여자가 너무 많아서 번호를 기억도 못해.

'อย่า'는 '~하지 마라'라는 뜻으로 문장 앞에 위치하여 금지의 의미를 나타내는 조동사입니다.

อย่าใส่เสื้อผ้าที่สดใสเมื่อไปงานศพ

장례식에 갈 때는 밝은 옷을 입지 말아라.

อย่านำทุเรียนเข้ามาในโรงแรมนี้

이 호텔에는 두리안을 들고 들어가지 말아라.

단어 สดใส 선명하다, 뚜렷하다 | งานศพ 장례식 | นำ 가지다, 인도하다, 유도하다

ไอดอลชัด ๆ เลยครับเนี่ย

분명 내 우상이시라니까.

'ชัด'은 '분명히', '확실히', '뻔히'라는 뜻으로 'ชัด'을 반복하여 그 의미를 더욱 강조합니다.

ช่วยออกเสียงชัด ๆ กว่านี้หน่อยครับ

발음을 좀 더 정확하게 해 주세요.

เห็นชัด ๆ ว่าพ่อจะพูดอะไร

아빠가 어떤 말씀을 하실지 뻔해.

단어   ออกเสียง 발음하다

อีกแก้วนึงเพื่อนเค้าฝากมาเติมอ่ะครับ

한 잔은 친구가 부탁한 거예요.

'ฝาก'은 '맡기다', '부탁하다', '의존하다'라는 뜻이며, 뒤에 돈과 관련된 표현과 함께 사용하면 '저축하다'라는 의미를 나타냅니다.

ขอฝากความคิดถึงถึงอาจารย์คิมด้วยนะครับ

김 교수님께 안부를 전해주세요.

เราฝากมรดกทั้งหมดไว้ในธนาคาร

나는 모든 유산을 은행에 저축했어.

단어   ความคิดถึง 그리움 | ฝาก(เงิน) 저축하다 | มรดก 유산

오늘의 장면을 떠올리며 문제를 풀어 보세요.

1 보기에서 적절한 단어를 빈칸에 넣어 문장을 완성하세요.

보기	ถ่ายคลิป ให้ รอบที่สอง

① **เออ มึง เอาหน่อยน่า กูจะได้ ___________**
그냥 가서 불러. 내가 찍어줄게.

② **อย่าไป ___________ มัน หญิงเยอะจนจำชื่อไม่แล้ว**
주지 마. 여자가 너무 많아서 번호를 기억도 못 해.

③ **ผมเห็นคุณก็มาเติม ___________ แล้วเปล่าครับ**
벌써 두 번째 오셨네요.

2 괄호 안의 단어를 사용하여 다음 문장을 태국어로 써 보세요.

① 싫어. 그럼 빰 데려가.

_______________________________________ (เอา, ร้อง)

② 분명 내 우상이시라니까.

_______________________________________ (ชัด ๆ)

③ 한 잔은 친구가 부탁한 거예요.

_______________________________________ (อีก, ฝาก)

1 ① ถ่ายคลิป ② ให้ ③ รอบที่สอง

#10 당신 얼굴을 봐요.

오늘의 장면

결국 테드의 친구와 노래를 부르는 낑
춤을 추다 무대에서 떨어져 다리를 다친다.

★오늘의 핵심 표현

다음 문장을 큰 소리로 세 번씩 읽어 보세요. TRACK 10_01

❶ **คุณดูหน้าตัวเองดิ**
당신 얼굴을 봐요. ☑☐☐

❷ **ให้เพื่อนเหรอครับ**
친구 줄 술이에요? ☐☐☐

❸ **เพราะเสียงเดิม ๆ ของเธอมันทำให้ยิ่งปวดใจ**
목소리 듣는 것만으로도 날 고통스럽게 하니까. ☐☐☐

❹ **เจ็บตรงไหนคะ**
어디 다쳤어? ☐☐☐

★영화 속 바로 이 장면

오늘의 장면 속 핵심 문장을 학습해 봅시다.

핵심 장면 ①

TRACK 10_02

버디3 **คุณเป็นเพื่อนที่ดีนะครับ แต่ดีเกินไปเปล่าครับ**
좋은 친구네요. 너무 좋아서 탈이죠.

ดีกับเค้าแล้วเราเจ็บเอง
착하게 굴기 힘들어요.

คุณเสียใจมาก รู้ตัวไหมอ่ะ คุณดูหน้าตัวเองดิ
상처받았군요. 당신 얼굴을 봐요.

ผม ผม
저… 저는….

버디2 **อย่าบอกนะครับ ว่าคุณก็เป็นเพื่อนที่ดี**
괜찮아요. 그쪽도 좋은 친구잖아요.

단어 **เกิน** 넘다, 초과하다 | **เสียใจ** 상심하다, 마음이 괴롭다

핵심 장면 ②

TRACK 10_03

버디2 ให้เพื่อนเหรอครับ
친구 줄 술이에요?

빰 **อ่อ ผมดื่มเองสองแก้วครับ**
그게… 제가 다 마시려고요.

버디3 **เค้าดื่มเยอะเนอะ**
술고래네.

핵심 장면 ③

TRACK 10_04

노래 가사 *ไม่รักไม่ต้องมาโทรมาถามสบายดีไหม*

날 사랑하지 않는다면 안부 전화도 하지 마.

เพราะเสียงเดิม ๆ ของเธอมันทำให้ยิ่งปวดใจ

목소리 듣는 것만으로도 날 고통스럽게 하니까.

หยุดได้ไหมซักที ถ้าไม่รักก็ปล่อยกันไป

제발 그만해. 사랑이 아니라면 날 보내줘.

단어 **ปวดใจ** 마음이 아프다, 저릿하다

핵심 장면 ④

TRACK 10_05

테드 **นิ่ง ๆ นิ่งไว้ ๆ**

그대로 있어.

빰 **อย่าเพิ่งขยับ** เจ็บตรงไหนคะ

아직 움직이지 마. 어디 다쳤어?

단어 **นิ่ง** 가만히 있다, 방치하다 | **ขยับ** 조금 움직이다, 이동하다

★영화 속 핵심 문형

오늘의 장면 속 다양한 문형을 학습해 봅시다.

คุณดูหน้าตัวเองดิ
당신 얼굴을 봐요.

'เอง'은 '자기', '자신', '스스로'라는 뜻이고, '바로'라는 강조의 의미도 가지고 있습니다.

อย่าไว้ใจใครและเชื่อมั่นในตัวเอง
아무도 믿지 말고, 자신을 믿어라.

คนนั้นเองที่ยืนอยู่หน้าทางม้าลายเป็นคนที่กูรักข้างเดียว
횡단보도 앞에 서있는 저 사람이 바로 내가 짝사랑하는 사람이야.

단어 ทางม้าลาย 횡단보도 | รักข้างเดียว 짝사랑하다

ให้เพื่อนเหรอครับ
친구 줄 술이에요?

'ให้'는 동사, 수식사, 전치사 등 다양한 품사로 사용 가능하지만 여기서는 '주다', '급여하다'라는 뜻의 동사로 사용되었습니다.

พี่เตรียมช่อดอกกุหลาบให้เธอ
널 위해 장미 꽃다발을 준비했어.

โฮก ถ้าให้เค้กข้าวฉันสักชิ้น ฉันจะไม่จับกินแก
어흥! 떡 하나 주면 안 잡아먹지!

단어 เตรียม 준비하다 | ช่อ (꽃)다발 | ดอกกุหลาบ 장미 | เค้กข้าว 떡 |
แก 너(손아랫사람에게 사용하는 2인칭 대명사)

เพราะเสียงเดิม ๆ ของเธอมันทำให้ยิ่งปวดใจ

목소리 듣는 것만으로도 날 고통스럽게 하니까.

'ทำให้'는 사역의 의미로 '~하게 하다', '시키다'라는 뜻입니다. 주로 'A + ทำให้ + B'의 구조로 쓰여 'A가 B하게 하다'라고 해석됩니다.

การชมเชยของเขาทำให้เปิดกระเป๋าเงินของฉันเว้ย

그의 칭찬은 내 지갑을 열게 해.

ลักษณะการพูดมึงทำให้กูโกรธ

네 말투는 항상 나를 화나게 해.

단어 ลักษณะการพูด 말투

เจ็บตรงไหนคะ

어디 다쳤어?

'ตรงไหน'는 '어디'라는 뜻으로, 같은 뜻인 'ที่ไหน'보다 더 정확한 위치를 물을 때 사용합니다. 본문에서 사용된 문장처럼 통증이 있는 신체 부위를 지칭할 때도 'ตรงไหน'를 사용합니다.

หนูทำผิดตรงไหนไปคะ

제가 어디를 실수했나요?

โชคดีที่ลูกไม่ได้บาดเจ็บตรงไหน

아이가 아무데도 다치지 않아서 다행이야.

단어 ทำผิด 실수하다 | โชคดี 다행하다, 행운 | บาดเจ็บ 다치다

★확인 테스트

오늘의 장면을 떠올리며 문제를 풀어 보세요.

1 보기에서 적절한 단어를 빈칸에 넣어 문장을 완성하세요.

보기	เสียงเดิม ๆ เพื่อน หน้า

① คุณดู __________ ตัวเองดิ
당신 얼굴을 봐요.

② ให้ __________ เหรอครับ
친구 줄 술이에요?

③ เพราะ __________ ของเธอมันทำให้ยิ่งปวดใจ
목소리 듣는 것만으로도 고통스러우니까.

2 괄호 안의 단어를 사용하여 다음 문장을 태국어로 써 보세요.

① 괜찮아요. 그쪽도 좋은 친구잖아요.

______________________________ (อย่า, เป็น)

② 그게… 제가 다 마시려고요.

______________________________ (เอง, แก้ว)

③ 날 사랑하지 않는다면 안부 전화도 하지 마.

______________________________ (ไม่ต้อง, ถาม)

정답 확인

1 ① หน้า ② เพื่อน ③ เสียงเดิม ๆ
2 ① อย่าบอกนะครับ ว่าคุณก็เป็นเพื่อนที่ดี ② อ่อ ผมดื่มเองสองแก้วครับ
③ ไม่รักไม่ต้องมาโทรมาถามสบายดีไหม

Review #06~#10 복습

★단어 기억하기

음원을 듣고 알맞은 태국어를 써 보세요. TRACK 10_06

❶ ______________ ❷ ______________

❸ ______________ ❹ ______________

❺ ______________ ❻ ______________

★표현 기억하기

주어진 단어를 알맞은 순서로 배열해 보세요.

❶ ยังไม่อยากมีแฟนครับ / อยากเรียน / ให้จบก่อน / เค้าบอกว่า

누굴 사귈 준비가 안 됐대요. 졸업하기 전에는요.

____

❷ จริงไหม / เป็นเพื่อนกู / เนี่ยฮะ / มึงเป็น

너 내 친구 맞니?

____

❸ อีกยาวแล้วครับ / ผมว่า / เรามีเรื่อง / ต้องคุยไป

우리 할 얘기가 많겠어요.

____

주어진 문장을 흐름에 따라 알맞은 순서로 배열해 보세요.

❶ (a) อ่อ คือมึงเป็นผู้จัดการเค้า จะได้ไปกลับด้วยกันสะดวกดีอะไรอย่างงี้
(b) ดี ๆๆ ไม่ต้องเอาของไปเยอะเนอะ
(c) สรุปกูย้ายไปอยู่กับเค้าแล้วนะ
(d) เปล่า กูติดผัวพอใจยัง

답 ______________

❷ (a) ไอดอลชัด ๆ เลยครับเนี่ย
(b) เพื่อนพี่เอง เอาเบอร์เปล่า
(c) เห้ย แต่กูจำหน้าได้ทุกคนนะเว้ย
(d) อย่าไปให้มัน หญิงเยอะจนจำชื่อไม่แล้ว

답 ______________

❸ (a) ผมเห็นคุณก็มาเติมรอบที่สองแล้วเปล่าครับ
(b) เปล่าครับ อีกแก้วนึงเพื่อนเค้าฝากมาเติมอ่ะครับ
(c) ผมก็ เพื่อนฝากมาเติมเหมือนกันน่ะครับ
(d) แล้วสองแก้วนี่ดื่มคนเดียวเลยเหรอครับ

답 ______________

#11 더는 못 하겠어요. 난 선을 넘었어요.

오늘의 장면

빰이 아닌 테드와 병원으로 가는 낑
이를 지켜보던 빰은 씁쓸한 표정을 짓는다.

★ 오늘의 핵심 표현

다음 문장을 큰 소리로 세 번씩 읽어 보세요. TRACK 11_01

❶ โอเคค่ะ ไหวอยู่
난 괜찮아. 견딜만 해.

❷ แต่มันพูดแต่เรื่องผู้ชายคนอื่น
다른 남자 이야기뿐이죠.

❸ บอกว่ารักเราทุกวัน บอกว่าคิดถึงกันทุกคืน
사랑한다고 잘도 말하죠. 매일 밤 보고 싶다고도 하고.

❹ นี่คุณทนมาได้ไงตั้ง 10 ปีวะ
어떻게 10년이나 견뎠죠?

★영화 속 바로 이 장면

오늘의 장면 속 핵심 문장을 학습해 봅시다.

핵심 장면 ①

TRACK 11_02

테드 **เจ็บมากไหมเนี่ย**
많이 아파?

낑 **โอเคค่ะ ไหวอยู่**
난 괜찮아. 견딜만 해.

빰 **หมอดัดนิดเดียวก็กลับมาเต้นได้แล้ว**
춤추는 데 문제없을 거야.

단어 **ไหว** 참을 수 있다 | **ดัด** 교정하다, 굽혔다 폈다 하다

핵심 장면 ②

TRACK 11_03

빰 **คือมันก็อึดอัดมากอ่ะครับ**
프렌드 존은 매우 답답해요.

ที่ต้องมาอยู่ใน Friend Zone แบบนี้
이렇게 프렌드 존에 있는 게 가까운 것 같지만

มันเหมือนใกล้ ความจริงแล้วแม่ง โคตรไกลเลยว่ะ
실제로는 매우 먼 사이죠.

버디2 **ผมเข้าใจคุณนะครับ**
공감해요.

ทุกวันนี้เนี่ย มันคุยโทรศัพท์กับผมเป็นชั่วโมง
แต่มันพูดแต่เรื่องผู้ชายคนอื่น
통화를 몇 시간씩 해도 다른 남자 이야기뿐이죠.

단어 **อึดอัด** 답답하다

핵심 장면 ❸

TRACK 11_04

버디1 **บอกว่าอยู่กับเราแล้วสบายใจ**

내가 편하다고 하면서

แต่พอไปเที่ยวไปกับใคร แม่งไปกับแฟน

여행 갈 땐 남자 친구랑 가잖아요.

버디3 **บอกว่ารักเราทุกวัน บอกว่าคิดถึงกันทุกคืน**

사랑한다고 잘도 말하죠. 매일 밤 보고 싶다고도 하고.

แต่แม่งก็ไม่เลือกกู

그런데 곁을 주지 않아요.

핵심 장면 ❹

TRACK 11_05

버디1 **Friend Zone แม่ง คุกดี ๆ นี่เอง**

프렌드 존은 감옥이나 마찬가지예요!

นี่คุณทนมาได้ไงตั้ง 10 ปีวะ

어떻게 10년이나 견뎠죠?

빰 **เออ ทนไม่ไหวหรอก เลยข้ามเส้นแม่งเลย**

맞아요. 더는 못 하겠어요. 난 선을 넘었어요.

단어 **คุก** 감옥 | **ทน** 견디다, 참다 | **ข้าม** 넘다, 건너다

★영화 속 핵심 문형

오늘의 장면 속 다양한 문형을 학습해 봅시다.

โอเคค่ะ ไหวอยู่
난 괜찮아. 견딜만 해.

'ไหว'는 '참을 수 있다', '~이 가능하다'라는 뜻으로 참고 인내한다는 의미를 가지고 있습니다.

ใจฉันเจ็บจนไม่ไหวตั้งแต่เธอจากไป
네가 떠나간 이후 견딜 수 없을 정도로 마음이 아파.

ช่วงนี้น้ำหนักขึ้นเยอะมากเลยกระดุมกางเกงคงทนไม่ไหว
요즘 살이 너무 많이 쪄서 바지 단추가 버티기 힘들 것 같아.

단어 น้ำนัก 몸무게 | กระดุม 단추 | กางเกง 바지

แต่มันพูดแต่เรื่องผู้ชายคนอื่น
다른 남자 이야기뿐이죠.

'แต่'는 접속사로 '하지만', '그러나'의 뜻 외에도 '~뿐', '~만', '단지'라는 뜻의 수식사로도 쓰여 한정적인 의미를 강조합니다.

คุณพ่อแต่อธิษฐานและไม่สามารถทำอะไรได้
아버지는 그저 기도할 뿐 아무것도 할 수 없었다.

ผมรอมานานแล้ว แต่ต้องใช้เวลามากกว่างานจะเสร็จสมบูรณ์
오랫동안 기다렸지만 작업이 완료되려면 시간이 더 걸릴 것이다.

단어 อธิษฐาน 기도하다 | สมบุรณ์ 완료하다, 완비되다, 완벽하다

บอกว่ารักเราทุกวัน บอกว่าคิดถึงกันทุกคืน

사랑한다고 잘도 말하죠. 매일 밤 보고 싶다고도 하고.

'ทุก'은 '모든', '각', '매', '전'이라는 뜻의 수식사로, 이미 복수 개념을 내포하고 있어 단수 명사만 함께 쓰일 수 있습니다. 따라서 복수 명사와 함께 사용하지 않도록 주의해야 합니다.

ทุกคนต้องดื่มน้ำทุกวัน

모든 사람은 매일 물을 마셔야 한다.

ฉันอยากไปทุกที่ในประเทศไทย

나는 태국의 모든 곳을 가 보고 싶어.

단어   ที่ 곳, 장소

นี่คุณทนมาได้ไงตั้ง 10 ปีวะ

어떻게 10년이나 견뎠죠?

'ตั้ง'은 동사로 '세우다', '놓다'라는 뜻 외에도 수식사로 '무려', '~이나'라는 뜻을 가져 'ตั้ง' 뒤에 오는 수량을 강조합니다.

เราไม่ได้เจอกันตั้ง 2 ปีแล้ว

우리 못 본 지 2년이나 되었어.

ฉันเรียนภาษาไทยมาตั้ง 10 ปีแล้วแต่ยังไม่เก่งเลย

나는 10년이나 태국어를 배워왔지만 아직도 잘하지 못해.

오늘의 장면을 떠올리며 문제를 풀어 보세요.

1　보기에서 적절한 단어를 빈칸에 넣어 문장을 완성하세요.

> 보기
>
> ขึ้น　แต่　ต่อไป

❶ _____ ได้แค่คนเดียวนะครับ

한 사람만 타세요.

❷ ปาล์มไปกินเบียร์ _____ ไม่ต้องห่วงกู

빰, 가서 맥주나 마셔. 내 걱정하지 말고.

❸ มันคุยโทรศัพท์กับผมเป็นชั่วโมง แต่มันพูด _____
เรื่องผู้ชายคนอื่น

통화를 몇 시간씩 해도 다른 남자 이야기뿐이죠.

2　괄호 안의 단어를 사용하여 다음 문장을 태국어로 써 보세요.

❶ 난 괜찮아. 견딜만 해.

_____ (ไหว)

❷ 여행 갈 땐 남자 친구랑 가잖아요.

_____ (พอ, แฟน)

❸ 더는 못 하겠어요. 난 선을 넘었어요.

_____ (ไม่ไหว, ข้ามเส้น)

정답 확인

1 ①ขึ้น　②ต่อไป　③แต่
2 ①โอเคค่ะ ไหวอยู่　②แต่พอไปเที่ยวไปกับใคร แม่งไปกับแฟน
　③ทนไม่ไหวหรอก เลยข้ามเส้นแม่งเลย

#12 너만 기다렸어.

오늘의 장면

새 여자 친구 우이와 미얀마에 놀러간 빰
낑이 갑자기 빰에게 전화해서 말레이시아로 와 달라고 한다.

★ 오늘의 핵심 표현

다음 문장을 큰 소리로 세 번씩 읽어 보세요.

TRACK 12_01

❶ **แล้วขอว่าอะไรอ่ะ ทำไมมีชื่ออุ้ยด้วย** ☑☐☐
무슨 소원 빌었어? 내 이름 들리던데.

❷ **แป๊ปนึงนะน้องอุ้ย** ☐☐☐
잠깐만.

❸ **กูมาคนเดียว มึงมาหากูหน่อยดิ** ☐☐☐
혼자 왔어. 와줄 수 있어?

❹ **กูซื้อที่ตรวจมาละ แต่ยังไม่กล้าตรวจ** ☐☐☐
테스트기 샀는데 해 보기가 무서워.

★영화 속 바로 이 장면

오늘의 장면 속 핵심 문장을 학습해 봅시다.

 # 핵심 장면 ❶❷

▶| TRACK 12_02

우이 **แล้วขอว่าอะไรอ่ะ ทำไมมีชื่ออุ้ยด้วย**
무슨 소원 빌었어? 내 이름 들리던데.

빰 **ขอว่าอะไร**
뭐라고 빌었어?

แป๊ปนึงนะน้องอุ้ย
잠깐만.

 # 핵심 장면 ❸

▶| TRACK 12_03

빰 **ฮัลโหล เป๋ ถอดเฝือกยังวะ**
여보세요? 사고뭉치, 깁스는 풀었어?

낑 **มึง กูอ้วกอ่ะ เมนส์ไม่มาด้วย กูน่าจะท้องว่ะ**
빰, 나 계속 토하고 생리도 안 해. 임신했나 봐.

빰 **แล้วนี่มึงอยู่ไหนวะ**
지금 어디야?

낑 **กูอยู่มาเลย์อ่ะ**
말레이시아.

빰 **ห๊ะ**
뭐?

อุ้ย ขอโทษครับ ทำเชี่ยอะไรมาเลย์วะ
죄송합니다. 거기서 뭐 해?

낑	มึงอยู่ไหนอ่ะ
	넌 어디야?
빰	กูอยู่พม่า แล้วพี่เท็ดอ่ะ
	미얀마. 테드는?
낑	กูมาคนเดียว มึงมาหากูหน่อยดิ
	혼자 왔어. 와줄 수 있어?

단어 」 เป๋ 절름발이 | ถอด 벗다, 제거하다 | เฝือก 깁스, 부목 | อ้วก 토하다 | พม่า 미얀마

핵심 장면 ④   ▶ TRACK 12_04

낑	มึงมาจริง ๆ ด้วยอ่ะ
	진짜 와줬구나!
빰	กูว่านี่พุงแล้วไม่ใช่ท้อง
	과식 때문에 그래. 임신일 리 없어.
낑	พุงเชี่ยอะไร กูกินอะไรไม่ได้เลยนะเว้ย
	무슨 과식? 먹지도 못하는데.
	กูซื้อที่ตรวจมาละ แต่ยังไม่กล้าตรวจ
	테스트기 샀는데 해 보기가 무서워.
	รอมึงมาอ่ะ
	너만 기다렸어.

단어 」 พุง 배, 뱃살 | ไม่กล้า 감히 ~하려고 하지 않다

★영화 속 핵심 문형

오늘의 장면 속 다양한 문형을 학습해 봅시다.

แล้วขอว่าอะไรอ่ะ ทำไมมีชื่ออุ้ยด้วย
무슨 소원 빌었어? 내 이름 들리던데.

동사 'ขอ'는 기본적으로 '부탁하다', '요구하다'라는 요청의 뜻으로 쓰이며 본문과 같이 '빌다'의 의미로도 사용될 수 있습니다.

ขอใส่ที่สวมปากให้สุนัขของคุณ
반려견에게 입마개를 착용해 주세요.

พนักงานคนนั้นขอความเมตตาจากท่านประธาน
그 직원은 대표님께 자비를 빌었다.

단어 สวมปาก 입마개 | ความเมตตา 자비 | ประธาน 대표

แป๊ปนึงนะน้องอุ้ย
잠깐만.

'แป๊ปหนึ่ง'은 '잠시', '잠깐'이라는 뜻으로 'แป๊ป'의 뒤에 '하나의'라는 의미를 가진 'นึง', 'หนึ่ง', 'เดียว'를 붙여 'แป๊ปนึง' 또는 'แป๊ปเดียว'라고 바꿔서 사용할 수 있습니다.

รอสักแป๊ปหนึ่งนะคะ
잠시만 기다려 주세요.

คุยกับผมข้างนอกแป๊บนึงได้ไหม
나랑 밖에서 잠깐 얘기 좀 할 수 있을까?

단어 สัก ~라도, ~정도 | นอก 밖에, 바깥의

กูมาคนเดียว มึงมาหากูหน่อยดิ

혼자 왔어. 와줄 수 있어?

🔍 '~을 찾다'라는 뜻의 'หา' 앞에 방향동사 'มา(오다)' 또는 'ไป(가다)'를 붙이면 '찾아오다', '찾아가다'라는 뜻이 됩니다.

ลูกค้าจำนวนมากมาหาร้านอาหารนี้ตั้งแต่ถูกโพสต์ในบล็อก

블로그에 올라간 이후로 많은 손님들이 이 레스토랑을 방문했다.

คุณเป็นอะไรหรือเปล่า คุณน่าจะรีบไปหาหมอนะ

괜찮으신가요? 빨리 병원에 가야 할 것 같아요.

> 단어 โพสต์ 게시하다 | บล็อก 블로그 | รีบ 빨리, 급속히, 서두르다

กูซื้อที่ตรวจมาละ แต่ยังไม่กล้าตรวจ

테스트기 샀는데 해 보기가 무서워.

🔍 '용기있다', '용감하다'라는 뜻의 'กล้า(กล้าหาญ)'에 부정의 의미를 더해주는 'ไม่'를 앞에 붙여 '~할 용기가 없다' 즉, '감히 ~하려 하지 않다', '차마 ~하지 못하다'의 뜻이 됩니다.

ฉันไม่กล้าเข้าใจความรู้สึกของครอบครัวผู้สูญเสีย

유가족의 마음을 감히 헤아릴 수 없다.

เขาไม่กล้าบอกว่ามีผงพริกติดอยู่ที่ฟันของเธอ

그는 그녀의 이에 고춧가루가 끼어 있다는 것을 차마 말하지 못했다.

> 단어 สูญเสีย 죽다 | ผงพริก 고춧가루

★확인 테스트

오늘의 장면을 떠올리며 문제를 풀어 보세요.

1 보기에서 적절한 단어를 빈칸에 넣어 문장을 완성하세요.

보기
คนเดียว   ว่าอะไร   ใจเย็น ๆ

① แล้วขอ __________ อ่ะ ทำไมมีชื่ออุ้ยด้วย
무슨 소원 빌었어? 내 이름 들리던데.

② กูมา __________ มึงมาหากูหน่อยดิ
혼자 왔어. 와줄 수 있어?

③ __________ เดี๋ยวกูโทรกลับนะ
진정해. 다시 전화할게.

2 괄호 안의 단어를 사용하여 다음 문장을 태국어로 써 보세요.

① 잠깐만. 여보세요? 사고뭉치, 깁스는 풀었어?

__________________________________ (แป๊ปนึง, ถอด)

② 빰, 이제 말해 줘. 무슨 소원이었어?

__________________________________ (บอก, ตกลง)

③ 먹지도 못하는데.

__________________________________ (อะไร, ไม่ได้)

정답 확인

1 ① ว่าอะไร ② คนเดียว ③ ใจเย็น ๆ
2 ① แป๊ปนึงนะน้องอุ้ย ฮัลโหล เป่ ถอดเฝือกยังวะ ② พี่ปาล์มบอกได้ยัง ตกลงขออะไร
③ กูกินอะไรไม่ได้เลยนะเว้ย

#13 테드한테는 말했어?

오늘의 장면

깽의 전화를 받고 말레이시아로 간 빰
빰을 본 깽은 긴장이 풀린다.

★ 오늘의 핵심 표현

다음 문장을 큰 소리로 세 번씩 읽어 보세요. TRACK 13_01

❶ **แล้วนี่มึงบอกพี่เท็ดยังอ่ะ**
테드한테는 말했어?

❷ **กูบอกแล้วว่าพุง แล้วทำไมมึงถึงอ้วกวะ**
그것 봐. 과식 맞네. 왜 토했어?

❸ **แล้วมันเป็นเพลงของปาล์มมี่**
빠미 노래야.

❹ **ที่มันต้องร้องหลาย ๆ ภาษา**
ก็เลยต้องบินไปอัดเสียงนักร้องหลาย ๆ ประเทศ
여러 외국어로 불러야 해서 외국 가수들이랑 녹음했어.

13 테드한테는 말했어? | 87

★영화 속 바로 이 장면

오늘의 장면 속 핵심 문장을 학습해 봅시다.

핵심 장면 ①

TRACK 13_02

빰 แล้วนี่มึงบอกพี่เท็ดยังอ่ะ
테드한테는 말했어?

낑 **กูบอกมึงแค่คนเดียวอ่ะ**
너만 알아.

핵심 장면 ②③

TRACK 13_03

빰 กูบอกแล้วว่าพุง แล้วทำไมมึงถึงอ้วกวะ
그것 봐. 과식 맞네. 왜 토했어?

낑 **กูคง เครียดไปหน่อยมั้ง**
아마… 스트레스 때문인가 봐.

빰 **มึงทะเลาะกับพี่เท็ดเหรอ**
테드랑 싸웠어?

낑 **คือ ช่วงนี้กูกับพี่เท็ดอ่ะ รับทำเพลงโฆษณาของ King Power เว้ย**
그게… 킹 파워 광고 음악을 만들고 있거든.

แล้วมันเป็นเพลงของปาล์มมี่
빠미 노래야.

단어 เครียด 스트레스 | โฆษณา 광고

88 | 영화로 배우는 태국어_프렌드 존

 # 핵심 장면 ④

TRACK 13_04

낑 ที่มันต้องร้องหลาย ๆ ภาษา

여러 외국어로 불러야 해서

ก็เลยต้องบินไปอัดเสียงนักร้องหลาย ๆ ประเทศ

외국 가수들이랑 녹음했어.

แล้วกูเจ็บขาไง ก็เลยไปด้วยไม่ได้

난 다리 때문에 못 따라갔지.

พี่เท็ดก็เลยต้องบินไปลาวคนเดียว

그래서 테드 혼자 라오스에 갔어.

แล้วเค้าก็ไปเวียดนาม ไปต่อที่ฟิลิปปินส์

그러고는 베트남에 갔지. 다음은 필리핀이었어.

แล้วก็มาที่มาเลเซีย

다음은 말레이시아야.

단어 หลาย 여러 | อัดเสียง 녹음하다 | ลาว 라오스 | เวียดนาม 베트남 | ฟิลิปปินส์ 필리핀

★영화 속 핵심 문형

오늘의 장면 속 다양한 문형을 학습해 봅시다.

แล้วนี่มึงบอกพี่เท็ดยังอ่ะ
테드한테는 말했어?

'พูด'과 'บอก'은 한국어로 똑같이 '말하다'라는 뜻이지만 'พูด(speak)'은 말하는 행위 자체에 집중된 단어이고 'บอก(tell, say)'은 무언가를 말하여 전달하는 것에 초점이 맞춰지는 경우에 사용하는 단어입니다.

เธอพูดได้กี่ภาษา
너는 얼마나 많은 언어를 말할 수 있어?

ข้อมูลทั้งหมดที่เขาบอกผมเป็นเท็จ
그가 나에게 말해준 정보는 모두 거짓이었다.

단어 ภาษา 언어 | ข้อมูล 정보, 자료 | เท็จ 거짓이다

กูบอกแล้วว่าพุง แล้วทำไมมึงถึงอ้วกวะ
그것 봐. 과식 맞네. 왜 토했어?

'ถึง'은 동사로 '이르다', '달하다', '미치다'라는 의미를 가집니다. 또한, 시간이나 장소와 함께 사용하여 '~까지'라는 의미의 전치사로 사용되기도 합니다.

ทำไมคู่สามีภรรยาที่เข้ากันได้ดีถึงหย่ากัน
사이가 좋던 부부가 어쩌다 이혼에 이르게 되었을까?

ภูเขาฮัลลาเป็นภูเขาที่ตั้งอยู่ในประเทศเกาหลี ที่มีความสูงถึง 2000 ม.
한라산은 길이가 2,000m에 이르는 한국에 위치해 있는 산이다.

단어 สามีภรรยา 부부 | เข้ากัน 마음이 맞다 | ภูเขา 산 | ความสูง 높이

แล้วมันเป็นเพลงของปาล์มมี่

빠미 노래야.

🔍 'ของ'은 주로 '~의'라는 뜻으로 소유격을 나타낼 때 씁니다. 소유격을 나타낼 때는 명사 앞에 위치하며 생략도 가능합니다. 또한, 'ของ'이 명사로 쓰일 때에는 '물건', '물품'이라는 의미입니다.

หนังสือเล่มนี้เป็นของใครคะ

이 책은 누구의 것입니까?

วันนี้ผมได้ซื้อของหลายอย่างในตลาด

저는 오늘 시장에서 많은 종류의 물건을 샀어요.

> **단어** เล่ม 권(서적을 셀 때 쓰는 수량사) | อย่าง 종류, 가지 | ตลาด 시장

ที่มันต้องร้องหลาย ๆ ภาษา
ก็เลยต้องบินไปอัดเสียงนักร้องหลาย ๆ ประเทศ

여러 외국어로 불러야 해서 외국 가수들이랑 녹음했어.

🔍 'หลาย'는 수식하고자 하는 명사 앞에 'หลาย + 명사' 형태로 쓰여 '여러', '많은'이라는 뜻을 더해줍니다.

มีหลายวิธีที่จะได้รับส่วนลดเมื่อซื้อในเดือนนี้

이번 달에 구매하실 경우에 할인받을 수 있는 여러 가지 방법이 있습니다.

ฉันได้คิดในหลายด้านแล้วแต่การลงทุนนั้นเหมือนจะล้มเหลว

여러 관점에서 생각해 보았지만 그 투자는 실패할 것으로 보인다.

> **단어** วิธี 방법 | ส่วน ~에 대해서는 | ด้าน 관점, 측, 면 | การลงทุน 투자 | ล้มเหลว 실패하다

★확인 테스트

오늘의 장면을 떠올리며 문제를 풀어 보세요.

1 보기에서 적절한 단어를 빈칸에 넣어 문장을 완성하세요.

보기
ทะเลาะ　　หลาย　　อ้วก

① กูบอกแล้วว่าพุง แล้วทำไมมึงถึง ____________ วะ
그것 봐. 과식 맞네. 왜 토했어?

② มึง ____________ กับพี่เท็ดเหรอ
테드랑 싸웠어?

③ ที่มันต้องร้อง ____________ ๆ ภาษา ก็เลยต้องบินไปอัดเสียงนักร้อง ____________ ๆ ประเทศ
여러 외국어로 불러야 해서 외국 가수들이랑 녹음했어.

2 괄호 안의 단어를 사용하여 다음 문장을 태국어로 써 보세요.

① 테드한테는 말했어?

____ (แล้ว, บอก)

② 그게… 킹 파워 광고 음악을 만들고 있거든.

____ (คือ, โฆษณา)

③ 그래서 테드 혼자 라오스에 갔어.

____ (ต้อง, คนเดียว)

정답 확인

1 ① อ้วก　② ทะเลาะ　③ หลาย

2 ① แล้วนี่มึงบอกพี่เท็ดยังอ่ะ　② คือรับทำเพลงโฆษณาของ King Power เว้ย
③ พี่เท็ดก็เลยต้องบินไปลาวคนเดียว

#14 그래서… 뒷조사를 좀 했지.

오늘의 장면

아무런 기념일도 아닌 날, 테드가 선물해준 커플 시계를 보고
테드를 의심하기 시작한 낑

★ 오늘의 핵심 표현

다음 문장을 큰 소리로 세 번씩 읽어 보세요. ▶| TRACK 14_01

❶ **แต่พี่เท็ดเค้าก็เป็นคนดี๊ดี** ☑☐☐
테드는 정말 좋은 남자야.

❷ **พออัดเสียงที่มาเลย์เสร็จ พี่เท็ดก็บินไปอินโด** ☐☐☐
테드는 말레이시아에서 녹음을 마치자마자 인도네시아로 갔어.

❸ **ช่วยหยิบหูฟังอันใหม่ให้พี่เท็ดหน่อยเร็ว** ☐☐☐
새 헤드폰 좀 줄래?

❹ **กูก็เลย แอบเช็คอะไรนิดหน่อย** ☐☐☐
그래서… 뒷조사를 좀 했지.

★영화 속 바로 이 장면

오늘의 장면 속 핵심 문장을 학습해 봅시다.

핵심 장면 ❶

TRACK 14_02

낑 **นักร้องเนี่ย สาว ๆ สวย ๆ ทั้งนั้นเลยนะ**

여가수들이 죄다 어리고 예뻐.

แต่พี่เท็ดเค้าก็เป็นคนดี๊ดี

테드는 정말 좋은 남자야.

กูก็ไว้ใจเค้า นี่กูไม่ได้งอแงอะไรเลยนะเว้ย

난 테드를 믿으니까 어린애처럼 굴면 안 돼.

빰 **อวดผัวทำไม เข้าเรื่องยัง**

허풍은 그만 떨고, 본론만 말해.

단어 **งอแง** 보채다, 칭얼거리다, 징징거리다 | **อวด** 허풍치다, 큰소리치다, 자랑하다

핵심 장면 ❷

TRACK 14_03

낑 **พออัดเสียงที่มาเลย์เสร็จ พี่เท็ดก็บินไปอินโด**

테드는 말레이시아에서 녹음을 마치자마자 인도네시아로 갔어.

คราวนี้ก็บินตามไปด้วย

이번에 거기서 만나기로 했지.

빰 **ทำไมทีอย่างงี้มึงตามไปอ่ะ**

넌 왜 갔는데?

낑 **ก็ กูคิดถึงแล้วอ่ะ มึงอย่าเพิ่งแทรกดิ**

보고 싶으니까. 말 끊지 마.

단어 **คราว** 차, 회, 번 | **แทรก** 끼어들다, 삽입하다, 관여하다

핵심 장면 ③

TRACK 14_04

테드 ช่วยหยิบหูฟังอันใหม่ ให้พี่เท็ดหน่อยเร็ว ในกระเป๋าอ่ะ
새 헤드폰 좀 줄래? 가방 안에 있어.

낑 ซื้อใหม่อีกแล้วเหรอเนี่ย พี่เท็ดมีกี่หูเนี่ย
새로 또 샀다고? 귀가 도대체 몇 개람?

테드 อยู่ในกล่องสีกรมนะ
파란색 상자 안에 있어.

단어 หยิบ 집다, 줍다 | หูฟัง 헤드폰 | กล่อง 상자, 갑 | สีกลม(=สีกรมท่า) 군청색, 검푸른색

핵심 장면 ④

TRACK 14_05

낑 กูเซอร์ไพรส์มากนะเว้ย เค้าซื้อนาฬิกาคู่มาให้กู
난 너무 놀랐어. 커플 시계를 사오다니.

ทั้ง ๆ ที่มันไม่ใช่วันเกิดกู
วันครบรอบหรือว่าวันสำคัญอะไรเลย
내 생일이나 기념일, 무슨 중요한 날도 아닌데 말이야.

กูหยุดคิดไม่ได้เลย
의심이 들었어.

กูก็เลย แอบเช็คอะไรนิดหน่อย
그래서… 뒷조사를 좀 했지.

단어 เซอร์ไพรส์ 깜짝 놀라다, 서프라이즈 | วันครบรอบ 기념일 | สำคัญ 중요하다

★ 영화 속 핵심 문형

오늘의 장면 속 다양한 문형을 학습해 봅시다.

แต่พี่เท็ดเค้าก็เป็นคนดี๊ดี

테드는 정말 좋은 남자야.

'ดี๊ดี'는 '좋다', '매우 좋다'라는 뜻으로, 'ดี(좋다)'를 반복하여 그 의미를 강조한 경우입니다. 이와 같이 한 단어를 반복해서 사용하는 경우에는 원래의 의미가 강조되거나 약해질 수 있습니다. 또한, 이렇게 단어가 반복되어 성조가 변하는 경우에는 주로 앞 단어가 3성으로 변합니다.

แถวรอเข้าย้าวยาว

입장 대기줄이 너무 길다.

กินต่อไม่ไหวแล้ว ฉันอิ๊มอิ่ม

더 이상 못 먹겠어. 나 완전 배불러.

단어 แถว 줄, 열 | อิ่ม 배부르다

พออัดเสียงที่มาเลย์เสร็จ พี่เท็ดก็บินไปอินโด

테드는 말레이시아에서 녹음을 마치자마자 인도네시아로 갔어.

'พอ'는 '~하자마자', '~할 때', '~한 순간에'라는 뜻의 접속사로, 뒤에 절이 이어질 때 'ก็'로 연결해 줍니다.

แหม พอผมล้างรถก็ฝนตกทันที

이런! 내가 세차를 하자마자 비가 오다니!

พอหัวหน้าทีมถูกไล่ออก ผลการดำเนินงานของทีมก็เพิ่มขึ้น

팀장이 해고되자마자 팀의 실적이 향상되었다.

단어 ล้างรถ 세차하다 | ไล่ออก 해고하다

ช่วยหยิบหูฟังอันใหม่ให้พี่เท็ดหน่อยเร็ว

새 헤드폰 좀 줄래?

'ช่วย'가 본동사로 쓰일 때는 '돕다'라는 의미지만, 요청동사로 쓰일 때는 '~해 주다'라는 의미이며 문장의 끝에 'หน่อย' 또는 'ด้วย'와 함께 쓰입니다.

ช่วยผมด้วย ผมหลงทางมา 10 นาทีแล้ว

저 좀 도와주세요! 10분째 길을 헤매고 있어요.

ถ้าหนูได้รับทุนการศึกษาในเทอมนี้ช่วยชมเชยหนูหน่อยค่า

제가 이번 학기에 장학금을 받는다면 칭찬해 주세요.

단어 หลง 잃다, 갈피를 못잡다 | ทุนการศึกษา 장학금 | เทอม 학기 | ชมเชย 칭찬하다

กูก็เลย แอบเช็คอะไรนิดหน่อย

그래서… 뒷조사를 좀 했지.

'แอบ'은 '몰래 ~하다', '잠복하다', '숨다'라는 뜻으로 비밀로 해야 하거나 다른 사람에게 들키면 안 되는 행위를 할 때 사용합니다.

ขนมปังที่แอบกินครูอร่อยที่สุด

선생님 몰래 먹는 빵이 제일 맛있다.

สายลับแอบฟังเนื้อหาของการประชุมทางทหาร

스파이는 군사 회의 내용을 도청했다.

단어 ขนมปัง 빵 | สายลับ 스파이 | การประชุม 회의 | ทหาร 군사, 군인

오늘의 장면을 떠올리며 문제를 풀어 보세요.

1   보기에서 적절한 단어를 빈칸에 넣어 문장을 완성하세요.

> 보기   นักร้อง   แทรก   กล่อง

❶ _____ เนี่ย สาว ๆ สวย ๆ ทั้งนั้นเลยนะ
여가수들이 죄다 어리고 예뻐.

❷ กูคิดถึงแล้วอ่ะ มึงอย่าเพิ่ง _____ ดิ
보고 싶으니까. 말 끊지 마.

❸ อยู่ใน _____ สีกรมนะ
파란색 상자 안에 있어.

2   괄호 안의 단어를 사용하여 다음 문장을 태국어로 써 보세요.

❶ 난 테드를 믿으니까 어린애처럼 굴면 안 돼.

_____ (ไว้ใจ, งอแง)

❷ 새 헤드폰 좀 줄래?

_____ (หยิบ, ใหม่)

❸ 난 너무 놀랐어. 커플 시계를 사오다니.

_____ (เซอร์ไพรส์, คู่)

정답 확인

1 ① นักร้อง   ② แทรก   ③ กล่อง
2 ① กูก็ไว้ใจเค้า นี่กูไม่ได้งอแงอะไรเลยนะเว้ย   ② ช่วยหยิบหูฟังอันใหม่ให้พี่เท็ดหน่อยเร็ว
   ③ กูเซอร์ไพรส์มากนะเว้ย เค้าซื้อนาฬิกาคู่มาให้กู

#15 테드가 누구랑 온 거 같아?

오늘의 장면

테드의 휴대 전화와 지갑을 뒤지기 시작한 낑
지갑에서 무언가를 발견한다.

★ 오늘의 핵심 표현

다음 문장을 큰 소리로 세 번씩 읽어 보세요. TRACK 15_01

❶ กูลองค้น chat พี่เท็ดดู แต่ก็ไม่มีอะไรผิดสังเกต
휴대 전화를 뒤졌는데 별다른 게 없었어.

❷ นี่มึงบินกลับมาเพราะใบเสร็จแค่นี้อ่ะนะ
영수증 때문에 여기까지 왔어?

❸ แล้วมึงคิดว่าพี่เท็ดพาใครมากินล่ะ
테드가 누구랑 온 거 같아?

❹ เค้าอาจจะมากินข้าว
แล้วก็แยกย้ายกันกลับบ้านก็ได้
저녁만 먹고 헤어졌을 수도 있지.

★영화 속 바로 이 장면

오늘의 장면 속 핵심 문장을 학습해 봅시다.

핵심 장면 ①

TRACK 15_02

깽 **พี่เท็ดเข้าไปอธิบายข้างในสิคะ จะได้เคลียร์**
들어가서 얘기해. 그래야 분명하게 잘 들리지.

테드 **เออ จริงของคุณ เก่งนะเราอ่ะ**
그래. 좋은 생각이네. 아주 똑똑해.

깽 **กูลองค้น chat พี่เท็ดดู แต่ก็ไม่มีอะไรผิดสังเกต**
휴대 전화를 뒤졌는데 별다른 게 없었어.

กูเลยลองค้นกระเป๋าตังค์พี่เค้า มึงรู้ป่ะ ว่ากูเจออะไร
지갑도 뒤졌어. 뭐가 나온 줄 알아?

ใบเสร็จร้านอาหารในมาเลย์
말레이시아 식당 영수증이야.

단어 เคลียร์ 깨끗하다, 분명하다 | ค้น 찾다, 수색하다 | สังเกต 살피다, 관찰하다 | ใบเสร็จ 영수증

핵심 장면 ②

TRACK 15_03

빰 **นี่มึงบินกลับมาเพราะใบเสร็จแค่นี้อ่ะนะ**
영수증 때문에 여기까지 왔어?

มึงเป็นเศรษฐีเหรอ
너 돈 많아?

깽 **เงินกู เรื่องของกู มึงอ่านชื่อเมนู อ่าน**
내가 알아서 해. 주문 내역 좀 봐.

단어 เศรษฐี 부자, 재벌

핵심 장면 ③

TRACK 15_04

빰 แล้วมึงคิดว่าพี่เท็ดพาใครมากินล่ะ
테드가 누구랑 온 거 같아?

낑 **กูสงสัยนักร้องว่ะ น่ารักกว่ากูด้วยไง อะ มึงดู**
여가수겠지. 나보다 예뻐. 이것 봐.

빰 **ไหน ใครจะน่ารักไปกว่ามึง เออ จริงว่ะ**
누가 너보다 예쁜지 어디 좀 보자. 정말 그렇네.

단어 **สงสัย** 의문을 갖다, 의심하다

핵심 장면 ④

TRACK 15_05

빰 เค้าอาจจะมากินข้าวแล้วก็แยกย้ายกันกลับบ้านก็ได้
저녁만 먹고 헤어졌을 수도 있지.

มึงอ่ะ ไว้ใจเค้าหน่อยดิ
그냥 믿어.

낑 **แล้วทำไมพี่เท็ดต้องทำตัวรู้สึกผิดด้วยวะ**
그럼 테드가 왜 죄책감을 느끼겠어.

มึง ไฟสลัวแบบนี้ เพลงซึ้งแบบนี้
야, 이런 어두운 조명에, 발라드 음악이 흐르고,

มีผู้หญิงมานั่งจ้องตาแบบนี้ มันจะไม่สปาร์คเหรอ
여자가 눈을 지그시 바라보는데 어떤 남자가 안 넘어가?

단어 **แยกย้าย** 뿔뿔이 헤어지다, 흩어지다 | **ทำตัว** 처신하다, 행동하다 | **สลัว** 어둑어둑하다 | **ซึ้ง** 깊은 감동을 주다 | **จ้อง** 응시하다 | **สปาร์ค** 스파크

★영화 속 핵심 문형

오늘의 장면 속 다양한 문형을 학습해 봅시다.

กูลองค้น chat พี่เท็ดดู แต่ก็ไม่มีอะไรผิดสังเกต

휴대 전화를 뒤졌는데 별다른 게 없었어.

'ลอง + 동사(구) + ดู'는 '시도해 보다', '~해 보다', '노력하다'라는 뜻입니다. 여기에서 'ดู'는 보조동사로 쓰였습니다.

ลองทำดูเท่าที่จะทำได้ดีกว่ายกเลิก

포기하는 것보다는 최대한 노력해 보는 것이 낫다.

ถ้าคุณไปประเทศไทยต้องลองกินส้มตำข้าวโพดดู

태국에 가면 옥수수 쏨땀을 꼭 먹어 보세요.

단어 ยกเลิก 포기하다 | ส้มตำ 쏨땀 | ข้าวโพด 옥수수

นี่มึงบินกลับมาเพราะใบเสร็จแค่นี้อ่ะนะ

영수증 때문에 여기까지 왔어?

'แค่'는 '단지 ~뿐'이라는 뜻입니다. 또한, '~정도', '~만큼'이라는 뜻으로도 사용되어 주로 뒤에 지시형용사 'นี้', 'นั้น'을 붙여 '이 정도', '그 정도'라는 의미를 나타냅니다.

ถ้าผมพูดแค่นี้ก็น่าจะเข้าใจไม่ใช่หรอ

제가 이 정도 얘기했으면 알아들어야 하는 것 아닌가요?

คุณจะไม่มีวันประสบความสำเร็จด้วยความพยายามแค่นั้น

그만큼 노력해서는 절대 성공할 수 없을 것입니다.

단어 เข้าใจ 알다, 이해하다 | ประสบความสำเร็จ 성공하다 | พยายาม 노력하다

แล้วมึงคิดว่าพี่เท็ดพาใครมากินล่ะ

테드가 누구랑 온 거 같아?

'이끌다', '동반하다'라는 뜻의 'พา' 뒤에 방향동사 'มา', 'ไป'가 붙으면 '데려가다', '데려오다'라는 뜻이 됩니다.

ความอยากรู้อยากเห็นเป็นสิ่งที่พาเขามาที่บ่อนพนัน

그를 도박장으로 이끈 것은 바로 호기심이다.

ขอโทษนะคะ แต่ช่วยพาฉันไปที่โรงบาลที่ใกล้ที่สุดหน่อยได้ไหมคะ

실례지만, 저를 가장 가까운 병원에 좀 데려다 주시겠습니까?

단어 ความอยากรู้อยากเห็น 호기심 | บ่อนพนัน 도박장 | โรงบาล 병원

เค้าอาจจะมากินข้าวแล้วก็แยกย้ายกันกลับบ้านก็ได้

저녁만 먹고 헤어졌을 수도 있지.

'อาจจะ'는 '아마 ~일 것이다'라는 뜻으로 'คงจะ(아마, 대개)'와 비슷하게 사용됩니다. 추측이나 확신의 의미가 담긴 표현입니다.

เขาอาจจะชอบฉันก็ได้

그가 나를 좋아할지도 몰라.

เรื่องนั้นอาจจะไม่ใช่เรื่องง่าย

그 일은 아마 쉽지 않을 거야.

오늘의 장면을 떠올리며 문제를 풀어 보세요.

1 보기에서 적절한 단어를 빈칸에 넣어 문장을 완성하세요.

보기 | ข้างใน น่ารัก ใบเสร็จ

① พี่เท็ดเข้าไปอธิบาย __________ สิคะ จะได้เคลียร์
들어가서 얘기해. 그래야 잘 들리지.

② นี่มึงบินกลับมาเพราะ __________ แค่นี้อ่ะนะ
영수증 때문에 여기까지 왔어?

③ ไหน ใครจะ __________ ไปกว่ามึง
누가 너보다 예쁜지 어디 좀 보자.

2 괄호 안의 단어를 사용하여 다음 문장을 태국어로 써 보세요.

① 휴대 전화를 뒤졌는데 별다른 게 없었어.

__________________________ (ลอง, ผิด)

② 테드가 누구랑 온 거 같아?

__________________________ (แล้ว, พา)

③ 저녁만 먹고 헤어졌을 수도 있지.

__________________________ (อาจจะ, แยกย้าย)

1 ① ข้างใน ② ใบเสร็จ ③ น่ารัก

Review #11~#15 복습

★단어 기억하기

음원을 듣고 알맞은 태국어를 써 보세요. ▶| TRACK 15_06

❶ ______ ❷ ______

❸ ______ ❹ ______

❺ ______ ❻ ______

★표현 기억하기

주어진 단어를 알맞은 순서로 배열해 보세요.

❶ ไปกินเบียร์ / ห่วงกู / ต่อไป / ปาล์ม / ไม่ต้อง

빰, 가서 맥주나 마셔. 내 걱정하지 말고.

______

❷ คนเดียว / กูหน่อยดิ / กูมา / มึงมาหา

혼자 왔어. 와줄 수 있어?

______

❸ ใหม่อีกแล้ว / พี่เท็ดมี / กี่หูเนี่ย / เหรอเนี่ย / ซื้อ

새로 또 샀다고? 귀가 도대체 몇 개람.

______

주어진 문장을 흐름에 따라 알맞은 순서로 배열해 보세요.

① (a) กูคง เครียดไปหน่อยมั้ง
(b) กูบอกแล้วว่าพุง แล้วทำไมมึงถึงอ้วนกวะ
(c) แปลว่าอะไรวะ
(d) ไม่ท้องโว้ย

답 ____________

② (a) กูเซอร์ไพรส์มากนะเว้ย เค้าซื้อนาฬิกาคู่มาให้กู
(b) กูหยุดคิดไม่ได้เลย
(c) ทั้ง ๆ ที่มันไม่ใช่วันเกิดกู วันครบรอบหรือว่าวันสำคัญอะไรเลย
(d) เค้าเหมือน คนที่ไปทำความผิดอะไรไว้แล้วมาทำดีกลบเกลื่อนอ่ะ

답 ____________

③ (a) อันนั้นพี่เท็ดกิน อ่านต่อ
(b) เงินกู เรื่องของกู มึงอ่านชื่อเมนูอ่าน
(c) แฮมเบอร์เกอร์ เบียร์ แล้วไงวะ
(d) ซีซ่าสลัด ช็อคโกแลตลาวา สตอเบอรี่ คาโมมาย

답 ____________

#16 너처럼 좋은 친구는 다시 없을 거야.

오늘의 장면

테드 때문에 기분이 나빠진 낑을 위해
장난을 치며 기분을 풀어주는 빰

★ 오늘의 핵심 표현

다음 문장을 큰 소리로 세 번씩 읽어 보세요. ▶| TRACK 16_01

❶ **ขออนุญาตรับสายหน่อยนะครับ**
전화 좀 받을게요.

❷ **อยู่คุยต่อก่อนไม่ได้เหรอคะ**
조금만 더 있으면 안 될까요?

❸ **ขี่หลังกูไหม**
업어줄까?

❹ **ชาตินี้ไม่รู้จะหาเพื่อนดี ๆ อย่างมึงได้จากที่ไหนอีก**
너처럼 좋은 친구는 다시 없을 거야.

★영화 속 바로 이 장면

오늘의 장면 속 핵심 문장을 학습해 봅시다.

핵심 장면 ❶

TRACK 16_02

빰 **ขออนุญาตรับสายหน่อยนะครับ**

전화 좀 받을게요.

ฮัลโหล คุณกุ๊งกิ๊ง

안녕, 우리 예쁜 낑.

กำลังจะกลับพอดีเลยครับ อย่าเพิ่งรีบนอนล่ะ

이제 마침 출발하려고. 먼저 자면 안 돼.

เดี๋ยวคืนนี้พี่เท็ดดี้จะกลับไป
คุยกับน้องกุ๊งกิ๊งก่องแก้วทั้งคืนเลย

집에 가면 우리 자기랑 밤새 놀 테니까.

รอหน่อยนะครับ ครับ ๆๆ

기다려. 알았어, 알았다고.

단어 อนุญาต 허락하다, 승낙하다 | พอดี 마침, 딱 맞다

핵심 장면 ❷

TRACK 16_03

낑 **เหรอคะ แต่ว่าจอยซ์ยังสนุกอยู่เลยนะคะ**

정말요? 전 지금 너무 즐거운데요.

อยู่คุยต่อก่อนไม่ได้เหรอคะ นะคะ นะคะ ๆๆๆ

조금만 더 있으면 안 될까요? 제발, 제발요. 네?

빰 **อย่าเลยครับ คือผมมีแฟนแล้ว**

이러지 마세요. 저 여자 친구 있어요.

단어 สนุก 재미있다, 즐겁다

핵심 장면 ③

TRACK 16_04

빰 **ขั้นสุดท้าย เออ เก่งมาก**
마지막 계단이야. 잘했어.

ขี่หลังกูไหม
업어줄까?

낑 **ไม่เอา เดี๋ยวมึงหลังหัก ส่งกูตรงนี้แหละ**
아니, 너 허리 다쳐. 혼자 가도 돼.

단어 ชั้น 계단, 층 | หลัง 허리 | หัก 부러지다, 꺾이다, (마음이) 상하다

핵심 장면 ④

TRACK 16_05

빰 **นี่มึงจะบินไปไหนอีก**
어디로 갈 건데?

낑 **พี่เท็ดอยู่เขมรอ่ะ**
테드는 캄보디아에 있어.

빰 **อย่าห้าวมากละกัน ดูสภาพตัวเองด้วย**
급하게 하지 마. 몸도 성치 않은데.

낑 **ขอบคุณมากนะมึง**
정말 고마워.

ชาตินี้ไม่รู้จะหาเพื่อนดี ๆ อย่างมึงได้จากที่ไหนอีก
너처럼 좋은 친구는 다시 없을 거야.

단어 เขมร 크메르(캄보디아) | ห้าว 성미가 급하다(북부 사투리), 거칠다, 아주 강하다(표준어) | สภาพ 상태 | ชาติ 세상, 생

★영화 속 핵심 문형

오늘의 장면 속 다양한 문형을 학습해 봅시다.

ขออนุญาตรับสายหน่อยนะครับ
전화 좀 받을게요.

'สาย'는 주로 '선', '줄'이라는 뜻으로 쓰이지만 전화와 관련된 표현으로 쓰이기도 합니다. 이 외에 '지하철 노선', '버스 노선' 등에도 'สาย'를 써서 표현할 수 있습니다.

ตอนนี้คุณแพรวากำลังติดสายอยู่ครับ
프래와 씨는 지금 통화 중이십니다.

หลังจากวางสายแล้วจะโทรกลับหาคุณนะครับ
통화가 끝나는 대로 다시 전화 드리겠습니다.

단어 วาง 내려놓다, 두다

อยู่คุยต่อก่อนไม่ได้เหรอคะ
조금만 더 있으면 안 될까요?

'ต่อ'는 '더 늘이다', '연장하다', '잇다', '다음'이라는 뜻으로 어떤 상태나 상황이 계속 이어짐을 나타낼 때 사용됩니다.

เขาตัดสินใจที่จะเรียนต่อในระดับบัณฑิตศึกษา
그는 대학원 공부를 계속하기로 결심했다.

วิชาภาษาไทยจะดำเนินต่อไปในการบรรยายครั้งต่อไป
태국어 수업은 다음 강의에서 계속됩니다.

단어 ตัดสินใจ 결심하다 | ระดับ 수준 | บัณฑิตศึกษา 대학원 | การบรรยาย 강의

ขี่หลังกูไหม

업어줄까?

'ขี่'는 '타다', '운전하다'라는 뜻으로 기마자세를 취하는 말, 오토바이, 자전거 등의 이동수단과 함께 사용합니다.

คุณขี่มอเตอร์ไซค์เป็นไหมครับ

당신은 오토바이를 운전할 줄 아세요?

วันนี้อากาศดีเลยว่าจะขี่จักรยานไปโรงเรียน

오늘은 날씨가 너무 좋아서 자전거를 타고 학교에 갈 거예요.

단어 เป็น (경험이나 수련 등을 통해) 할 수 있다 | อากาศ 날씨 | จักรยาน 자전거

ชาตินี้ไม่รู้จะหาเพื่อนดี ๆ อย่างมึงได้จากที่ไหนอีก

너처럼 좋은 친구는 다시 없을 거야.

'อีก'의 기본 뜻은 '더'이고 여기서 확장된 의미로 '다른', '다시'라는 뜻이 있습니다. 그렇기 때문에 '더'라는 기본 뜻을 꼭 외워두시길 바랍니다.

เธอดูเหนื่อยจนทนไม่ไหวอีกแล้ว

그녀는 더 이상 참을 수 없을 정도로 지쳐 보인다.

ผมจะแก้ไขรายงานและยื่นอีกครั้ง

보고서를 수정해서 다시 제출하겠습니다.

단어 เหนื่อย 지치다, 피곤하다 | แก้ไข 수정하다, 개선하다 | ยื่น 제출하다

16 너처럼 좋은 친구는 다시 없을 거야. | 111

★확인 테스트

오늘의 장면을 떠올리며 문제를 풀어 보세요.

1 보기에서 적절한 단어를 빈칸에 넣어 문장을 완성하세요.

보기	หลังหัก ต่อ พอดี

① กำลังจะกลับ __________ เลยครับ
이제 마침 출발하려고.

② อยู่คุย __________ ก่อนไม่ได้เหรอคะ
조금만 더 있으면 안 될까요?

③ ไม่เอา เดี๋ยวมึง __________ ส่งกูตรงนี้แหละ
아니, 너 허리 다쳐. 혼자 가도 돼.

2 괄호 안의 단어를 사용하여 다음 문장을 태국어로 써 보세요.

① 전화 좀 받을게요.

__________________________________ (อนุญาต, สาย)

② 음식가지고 장난하지 마.

__________________________________ (เห้ย, เล่น)

③ 너처럼 좋은 친구는 다시 없을 거야.

__________________________________ (ชาติ, หา)

정답 확인

1 ① พอดี ② ต่อ ③ หลังหัก

2 ① ขออนุญาตรับสายหน่อยนะครับ ② เห้ย อย่าเล่นของกิน
③ ชาตินี้ไม่รู้จะหาเพื่อนดี ๆ อย่างมึงได้จากที่ไหนอีก

#17 너 심심할까 봐 같이 기다려 주려고.

오늘의 장면

테드와 캄보디아에 간 낑은 테드가 바람피운 정황을 확인한다.
한편, 방콕으로 돌아간 빰은 피곤하다며 우이와의 여행을 거절한다.

★ 오늘의 핵심 표현

다음 문장을 큰 소리로 세 번씩 읽어 보세요. ▶ TRACK 17_01

❶ **เห้ย เดี๋ยว อย่าเพิ่งไปดิ อยู่ก่อน** ☑ ☐ ☐
잠깐 기다려요! 아직 가지 마세요.

❷ **อยากจะบอกให้เธอรู้ ว่าใจฉันนั้นมันกังวลแค่ไหน** ☐ ☐ ☐
당신에게 말하고 싶어요. 내가 얼마나 불안한지.

❸ **โอกาสหน้าเชิญใหม่ครับ** ☐ ☐ ☐
다음에 또 방문해 주세요.

❹ **คือช่วงนี้พี่บินเยอะ**
แล้วพี่ก็อยากพักนอนอยู่บ้านบ้างอ่ะ ☐ ☐ ☐
비행을 너무 많이 해서 집에서 쉬고 싶어.

오늘의 장면 속 핵심 문장을 학습해 봅시다.

핵심 장면 ①

▶ TRACK 17_02

빰	**กิ๊ง มึงทำอะไรเนี่ย** 낑? 뭐 해?
낑	**กูกลัวมึงรอรถคนเดียวนาน กูก็มาอยู่เป็นเพื่อนไง** 너 심심할까 봐 같이 기다려 주려고. **เห้ย เดี๋ยว อย่าเพิ่งไปดิ อยู่ก่อน** 잠깐 기다려요! 아직 가지 마세요.

핵심 장면 ②

▶ TRACK 17_03

노래 가사	*อยากจะบอกให้เธอรู้ ว่าใจฉันนั้นมันกังวลแค่ไหน* 당신에게 말하고 싶어요. 내가 얼마나 불안한지. *ก่อนจะพูดอะไรออกมา อยากจะขอให้เธอสัญญา* 무슨 말을 하기 전에 먼저 약속해 줘요. *ว่าเธอจะไม่ทำให้ฉันต้องเสียใจ* 상처 주지 않겠다고.

핵심 장면 ③

TRACK 17_04

직원 **ขอบคุณครับ** โอกาสหน้าเชิญใหม่ครับ

감사합니다. 다음에 또 방문해 주세요.

우이 **เลือกให้หน่อยค่ะ ทริปหน้า**

다음 여행지 골라 봐.

빰 **เอิ่ม ไว้ก่อนได้ไหมอ่ะ ช่วงนี้พี่ยังไม่อยากไปไหนเลย**

나중에 가도 될까? 당분간 아무 데도 가고 싶지 않아.

단어 โอกาส 때, 시간 | เชิญ 권하다, 청하다 | ทริป 여행

핵심 장면 ④

TRACK 17_05

빰 **อุ้ย พี่ขอโทษ**

자기야, 미안해.

คือช่วงนี้พี่บินเยอะแล้วพี่ก็อยากพักนอนอยู่บ้านบ้างอ่ะ

비행을 너무 많이 해서 집에서 좀 쉬고 싶어.

우이 **ชอบอยู่บ้านมากเลยเนอะ ตอนอยู่พม่าก็รีบกลับก่อน**

집에 있는 거 참 좋아해. 미얀마에서도 일찍 갔잖아.

ทีแต่ก่อนบิน 6 แลนด์ เสร็จยังไปเที่ยวกันต่อได้เลย

여섯 번 연속 비행하고도 놀러 나갔던 사람이.

단어 แลนด์ 착륙, 땅, 지역

★ 영화 속 핵심 문형

오늘의 장면 속 다양한 문형을 학습해 봅시다.

เห้ย เดี๋ยว อย่าเพิ่งไปดิ อยู่ก่อน
잠깐 기다려요! 아직 가지 마세요.

'ก่อน'은 '먼저', '앞서', '~전에'라는 뜻으로 'A + ก่อน'의 어순으로 사용되어 'A하기 전에, A하기 앞서'로 해석됩니다.

การยืดเส้นยืดสายก่อนออกกำลังกายเป็นสิ่งจำเป็น
운동하기 전에 스트레칭은 필수입니다.

ควรเปิดหน้าต่างทั้งหมดในบ้านก่อนทำความสะอาด
청소하기 전에 집 안의 모든 창문을 열어 두는 것이 좋다.

단어 การยืดเส้นยืดสาย 스트레칭 | จำเป็น 필요하다, 중요하다 | ทำความสะอาด 청소하다

อยากจะบอกให้เธอรู้ ว่าใจฉันนั้นมันกังวลแค่ไหน
당신에게 말하고 싶어요. 내가 얼마나 불안한지.

'แค่' 뒤에 '어느'라는 뜻을 가진 의문사 'ไหน'가 놓이면 '어느 정도', '얼마나', '얼만큼'이라는 뜻이 됩니다. 앞서 배운 'แค่'의 다양한 쓰임들과 구분해서 기억해 두길 바랍니다.

มาดูกันว่าเธอจะมีชีวิตที่ดีแค่ไหนในอนาคต
네가 앞으로 얼마나 잘 살 수 있을지 보자.

ไม่ว่าฉันจะขอร้องมากแค่ไหน เขาก็จะไม่กลับมาหาฉัน
내가 아무리 애원할지라도, 그는 내게 돌아오지 않을 거야.

단어 ชีวิต 생활 | ขอร้อง 부탁하다, 구원을 청하다

โอกาสหน้าเชิญใหม่ครับ

다음에 또 방문해 주세요.

🔍 '**เชิญ**'의 기본형은 '**권하다**', '**청하다**'로 식당이나 가게에서 '어서 오세요', '여기 앉으세요' 등 무언가를 권할 때 주로 사용되며 이 외에 '초대하다', '부디'라는 뜻으로도 사용됩니다.

เชิญเข้ามาข้างในค่ะ

안쪽으로 들어오세요.

เป็นเกียรติอย่างยิ่งที่ได้รับเชิญให้เข้าร่วมพิธีเข้ารับตำแหน่งของท่าน

귀하의 취임식에 초대받게 되어 매우 영광입니다.

> 단어 | **เกียรติ** 영광 | **พิธี** 식, 의식 | **ตำแหน่ง** 직무, 직위

คือช่วงนี้พี่บินเยอะแล้วพี่ก็อยากพักนอนอยู่บ้านบ้างอ่ะ

비행을 너무 많이 해서 집에서 좀 쉬고 싶어.

🔍 '**บ้าง**'이 문장에서 수식사로 사용될 때는 '좀', '약간'이라는 뜻을 가지고 있습니다. 또는 '일부', '소수'라는 뜻의 대명사로 사용되기도 합니다.

ตอนนี้ข้างในมีใครบ้างคะ

지금 안에 누구누구 있어요?

ช่วยแนะนำเมนูบ้างสิครับ

메뉴 좀 추천해 주세요.

> 단어 | **แนะนำ** 권하다, 소개하다

★확인 테스트

오늘의 장면을 떠올리며 문제를 풀어 보세요.

1 보기에서 적절한 단어를 빈칸에 넣어 문장을 완성하세요.

보기	สัญญา　　อย่า　　เลือก

① เดี๋ยว ________ เพิ่งไปดิ อยู่ก่อน
잠깐 기다려요! 아직 가지 마세요.

② อยากจะขอให้เธอ ________ ว่าเธอจะไม่ทำให้ฉันต้องเสียใจ
먼저 약속해 줘요. 상처 주지 않겠다고.

③ ________ ให้หน่อยค่ะ ทริปหน้า
다음 여행지 골라 봐.

2 괄호 안의 단어를 사용하여 다음 문장을 태국어로 써 보세요.

① 당신에게 말하고 싶어요. 내가 얼마나 불안한지.
______________________________ (ให้, กังวล)

② 감사합니다. 다음에 또 방문해 주세요.
______________________________ (โอกาศ, ใหม่)

③ 비행을 너무 많이 해서 집에서 좀 쉬고 싶어.
______________________________ (บิน, พักนอน)

정답 확인

1 ① อย่า ② สัญญา ③ เลือก
2 ① อยากจะบอกให้เธอรู้ว่าใจฉันนั้นมันกังวลแค่ไหน ② ขอบคุณครับ โอกาสหน้าเชิญใหม่ครับ
③ คือช่วงนี้พี่บินเยอะ แล้วพี่ก็อยากพักนอนอยู่บ้านบ้างอ่ะ

#18 진실은 단 하나야.

오늘의 장면

홍콩까지 테드를 미행하러 나선 낑
공항에서 여자 친구와 다툰 빰을 만난다.

★ 오늘의 핵심 표현

다음 문장을 큰 소리로 세 번씩 읽어 보세요. TRACK 18_01

❶ **งั้นมึงมองลงมาข้างล่างหน่อย กูอยู่หน้าบ้านมึงอ่ะ** ☑☐☐
그럼 아래를 봐. 너희 집 앞이야.

❷ **คือมึงนึกออกป่ะ** ☐☐☐
생각해 봐.

❸ **ความจริงมีเพียงหนึ่งเดียว** ☐☐☐
진실은 단 하나야.

❹ **เท่สุด ๆ ไปเลยค่ะ** ☐☐☐
너무 멋있으세요.

★영화 속 바로 이 장면

오늘의 장면 속 핵심 문장을 학습해 봅시다.

핵심 장면 ①

▶| TRACK 18_02

빰 **มึงอยู่ไหน**
어디야?

낑 **อยู่บ้าน มีอะไรอ่ะ**
집이지. 무슨 일이야?

빰 **งั้นมึงมองลงมาข้างล่างหน่อย กูอยู่หน้าบ้านมึงอ่ะ**
그럼 아래를 봐. 너희 집 앞이야.

단어 มอง 바라보다, 쳐다보다 | ล่าง 아래, 밑

핵심 장면 ②

▶| TRACK 18_03

낑 **คือมึงนึกออกป่ะ**
생각해 봐.

ถามไปเดี๋ยวก็ดิ้นได้ กูว่าต้องเป็นนักร้องพวกนั้นแหละ
변명할 게 뻔해. 여가수 중 한 명이겠지.

กูจะไปดูให้เห็นกับตาเลย
직접 확인해야겠어.

단어 นึก 생각하다, 고려하다 | ดิ้น 발버둥치다, 몸부림치다

핵심 장면 ❸

▶| TRACK 18_04

빰 **ฮะ กิ๊ง มึงบ้าเปล่าเนี่ย**
뭐? 낑, 미쳤어?

มึงเป็นโคนันยอดนักสืบจิ๋วรึไงวะ
네가 탐정 코난이야?

낑 **ความจริงมีเพียงหนึ่งเดียว**
진실은 단 하나야.

ส่งกูตรงนี้แหละ กูไปแล้วนะ ไม่ต้องห่วงกู
넌 그만 가. 안녕. 내 걱정하지 마.

단어 นักสืบ 탐정 | จิ๋ว 소년의, 어린이의

핵심 장면 ❹

▶| TRACK 18_05

낑 **ขอบคุณมากเลยนะคะ**
고맙습니다.

ถ้าฉันไม่ได้คุณเนี่ยฉันต้องแย่แน่ ๆ เลยค่ะ
그쪽 아니었으면 곤란해질 뻔했네요.

빰 **ยินดีครับ**
별말씀을요.

낑 **เท่สุด ๆ ไปเลยค่ะ**
너무 멋있으세요.

단어 แย่ 곤란한 상태이다, 나쁘다 | แน่ ๆ 반드시, 분명히 | เท่ 멋지다 | สุด 가장

★영화 속 핵심 문형

오늘의 장면 속 다양한 문형을 학습해 봅시다.

งั้นมึงมองลงมาข้างล่างหน่อย กูอยู่หน้าบ้านมึงอ่ะ
그럼 아래를 봐. 너희 집 앞이야.

'งั้น'은 'ถ้าอย่างนั้น', 'อย่างนั้น'의 줄임말로 '그럼', '그러면'이라는 뜻의 접속사입니다.

วันนี้เธอเลิกงานตอน 6 โมงเย็นใช่ไหม งั้นผมจะไปหน้าบริษัทของเธอตอนนั้น
오늘 6시에 퇴근하는 거 맞지? 그럼 그때 내가 네 회사 앞으로 갈게.

ทานนมก่อนรับประทานอาหารเผ็ด ถ้าอย่างนั้นจะไม่ปวดท้อง
매운 음식을 먹기 전에 우유를 드세요. 그러면 배가 아프지 않을 거예요.

단어 บริษัท 회사 | กิน<ทาน<รับประทาน 먹다〈드시다〈잡수시다(존칭의 정도에 따른 구분) | นม 우유

คือมึงนึกออกป่ะ
생각해 봐.

'ออก'은 '나가다', '나오다'의 뜻으로 주로 사용되지만 동사와 함께 쓰일 경우에는 '~내다', '~해내다'의 의미로 사용될 수도 있습니다.

เธอจะออกจากบ้านกี่โมง
너 몇 시에 집에서 나올 거야?

ลายมือของอาจารย์แพรวาอ่านไม่ออกเลย
프래와 교수님의 글씨체는 읽을 수가 없다.

단어 ลายมือ 글씨체, 필체 | อาจารย์ 교수님

ความจริงมีเพียงหนึ่งเดียว

진실은 단 하나야.

🔍 'เพียง(แค่, แต่)'에서 사용된 'แค่(정도)'와 'แต่(하지만)'은 '단지 ~뿐'이라는 뜻으로 사용되어 'เพียงแค่', 'เพียงแต่' 또한 '겨우', '다만', '단지', '~만큼'이라는 뜻이 됩니다. 'แค่'와 'แต่'보다 조금 더 구어체적인 것이 특징입니다.

อุบัติเหตุนั้นเป็นเพียงความผิดพลาดเล็กน้อย
그 사고는 단지 사소한 실수일 뿐이다.

เธอเป็นดาราที่ออกอากาศไม่เพียงในเกาหลีเท่านั้น แต่ยังอยู่ในประเทศไทยด้วย
그녀는 한국뿐만 아니라 태국에서도 방송하는 연예인이다.

> 단어 อุบัติเหตุ 사고 | ความผิดพลาด 실수, 착오 | ดารา 연예인 | เท่านั้น 단지, 그만큼

เท่สุด ๆ ไปเลยค่ะ

너무 멋있으세요.

🔍 'เท่'는 '멋있다'라는 뜻으로 일상적으로 자주 사용하는 구어체 표현입니다. 이와 비슷한 단어로는 'ยอด'와 'ยอดเยี่ยม'이 있는데 이 두 단어는 '멋있다'라는 뜻 외에 '훌륭하다', '우수하다'라는 의미도 가지고 있습니다.

แว่นกันแดดที่รุ่นพี่ใส่วันนี้เท่จริง ๆ ค่า
오늘 선배님이 착용하신 선글라스 정말 멋있네요.

ลีซุนซินเป็นหนึ่งนายพลที่ยอดเยี่ยมที่สุดในประวัติศาสตร์เกาหลี
이순신은 한국 역사상 가장 뛰어난 장군 중 한 명이다.

> 단어 แว่นกันแดด 선글라스 | รุ่นพี่ 선배 | นายพล 장군 | ประวัติศาสตร์ 역사

오늘의 장면을 떠올리며 문제를 풀어 보세요.

1 보기에서 적절한 단어를 빈칸에 넣어 문장을 완성하세요.

보기

เปล่า งั้น เท่

① ________ มึงมองลงมาข้างล่างหน่อย กูอยู่หน้าบ้านมึงอ่ะ

그럼 아래를 봐. 너희 집 앞이야.

② ________ สุด ๆ ไปเลยค่ะ

너무 멋있으세요.

③ มึงบ้า ________ เนี่ย มึงเป็นโคนันยอดนักสืบจิ๋วรึไงวะ

미쳤어? 네가 탐정 코난이야?

2 괄호 안의 단어를 사용하여 다음 문장을 태국어로 써 보세요.

① 생각해 봐.

________________________________ (คือ, นึก)

② 여가수 중 한 명이겠지. 직접 확인해야겠어.

________________________________ (ต้อง, ตา)

③ 진실은 단 하나야.

________________________________ (เพียง, เดียว)

1 ① งั้น ② เท่ ③ เปล่า

19 있잖아, 비행기만 타면 네 생각이 나.

오늘의 장면

깽과 함께 홍콩으로 향하는 빰
깽은 비행기 안에서 빰에게 설레기 시작한다.

★ 오늘의 핵심 표현

다음 문장을 큰 소리로 세 번씩 읽어 보세요.

TRACK 19_01

❶ อยากเห็นสจ๊วตปาล์มตอนทำงานมาตั้งนานละ
승무원 빰이 일하는 거 보고 싶었거든.

❷ ตอนเด็กที่มึงไม่คืนค่าตั๋วเชียงใหม่กู เครียดนะเว้ย
네가 치앙마이행 푯값 안 돌려줘서 스트레스받았어.

❸ ต้องให้หญิงเลี้ยงไอติมอีก เสียฟอร์มฉิบหาย
여자한테 얻어먹어서 얼마나 창피했는데.

❹ ผู้จัดการนักร้องออกมาแล้ว แสดงว่าใกล้เลิกแล้ว
매니저가 밖에 있어. 거의 끝나가는 것처럼 보여.

★영화 속 바로 이 장면

오늘의 장면 속 핵심 문장을 학습해 봅시다.

 # 핵심 장면 ① ▶| TRACK 19_02

낌 **มึงรู้ป่ะ ขึ้นเครื่องบินทีไรเนี่ย กูคิดถึงมึงทุกทีเลย**
있잖아, 비행기만 타면 네 생각이 나.

อยากเห็นสจ๊วตปาล์มตอนทำงานมาตั้งนานละ
승무원 빰이 일하는 거 보고 싶었거든.

มึง มึงบินตั๋วพนักงานใช่ป่ะ แล้วมีตั๋วเพื่อนพนักงานป่ะ
빰, 비행기 탈 때 직원 혜택 있지? 친구 혜택도 있어?

빰 **อ่อ มีแต่ตั๋วให้แม่อ่ะ**
엄마만 돼.

단어 สจ๊วต 승무원

 # 핵심 장면 ② ▶| TRACK 19_03

낌 **เป็นมึงนี่ก็ดีเนอะ ไม่มีเรื่องให้ต้องเครียดอะไรเลย**
넌 좋겠다. 스트레스받을 일 없잖아.

빰 **ใครบอก**
누가 그래?

ตอนเด็กที่มึงไม่คืนค่าตั๋วเชียงใหม่กู เครียดนะเว้ย
네가 치앙마이행 푯값 안 돌려줘서 스트레스받았어.

อดชวนหญิงไปดูหนังเป็นเดือนเลย
한 달 동안 영화 보러 가자고 여자 꼬시지도 못했어.

단어 คืน 돌려보내다, 반환하다 | อด 참다, 견디다 | ชวน 권하다, 유혹하다 | หนัง 영화

126 | 영화로 배우는 태국어_프렌드 존

핵심 장면 ❸

TRACK 19_04

낑 **แล้วทำไมตอนนั้นมึงไม่ทวงกูล่ะ**
왜 달라고 말 안 했어?

빰 **พูดด้วยมึงยังไม่พูดกับกูเลย**
나랑 말도 안 섞었잖아.

ต้องให้หญิงเลี้ยงไอติมอีก เสียฟอร์มฉิบหาย
여자한테 얻어먹어서 얼마나 창피했는데.

เอามือมา อีกข้างนึง
손 줘 봐. 다른 손.

ที่ฮ่องกงอ่ะ เวลาเค้าเร็วกว่าเราชั่วโมงนึง
홍콩은 한 시간 빨라.

단어 ทวง 요구하다, 재촉하다 | เลี้ยง 대접하다, 양육하다 | ไอติม 아이스크림 | ฟอร์ม 폼, 양식 | ฉิบหาย 대단히, 극히

핵심 장면 ❹

TRACK 19_05

낑 **มึง ผู้จัดการนักร้องออกมาแล้ว แสดงว่าใกล้เลิกแล้ว**
빰, 매니저가 밖에 있어. 거의 끝나가는 것처럼 보여.

เหี้ย พี่เท็ด video call มาว่ะมึง เอาไงดีวะ
이런! 테드가 영상통화 걸었어. 어떡해?

빰 **มึงไม่ต้องรับดิ**
받지 마.

단어 แสดง 비치다, 표현하다, 설명하다

★영화 속 핵심 문형

오늘의 장면 속 다양한 문형을 학습해 봅시다.

อยากเห็นสจ๊วตปาล์มตอนทำงานมาตั้งนานละ
승무원 빰이 일하는 거 보고 싶었거든.

'เห็น'은 '보다', '보이다'라는 뜻으로 주의깊게 본다는 의미의 'ดู'와 다르게 의식하지 않고 단순히 시각적으로 대상을 인지할 때 사용합니다. 'เห็น'이 'ว่า(~라고)'와 함께 쓰이면 '~라고 생각하다'의 의미를 가지기도 합니다.

ผมไม่เห็นอะไรเลย
나 아무것도 안 보여.

ฉันเห็นว่าสีนั้นสวยกว่านะ
내가 봤을 때는 저 색깔이 더 예뻐.

단어 สี 색, 색깔

ตอนเด็กที่มึงไม่คืนค่าตั๋วเชียงใหม่กู เครียดนะเว้ย
네가 치앙마이행 표값 안 돌려줘서 스트레스받았어.

'คืน'은 '밤', '저녁'이라는 의미로 주로 쓰이지만 본문과 같이 '돌려보내다', '반환하다', '교환하다'라는 뜻으로도 쓰입니다.

ฉันได้รับเงินมัดจำคืนเนื่องจากสัญญาบ้านหมดอายุ
집 계약이 만료되어서 보증금을 반환받았다.

กระเป๋าที่ผมซื้อเมื่อวานมีรอยตำหนิ ขอคืนเงินได้ไหมครับ
어제 구매한 가방에 흠집이 있는데, 환불해 주시겠습니까?

단어 เงินมัดจำ 보증금 | เนื่องจาก ~때문에, ~이유로 | รอยตำหนิ 흠, 흠집, 하자 | คืนเงิน 환불하다

ต้องให้หญิงเลี้ยงไอติมอีก เสียฟอร์มฉิบหาย

여자한테 얻어먹어서 얼마나 창피했는데.

🔍 'เลี้ยง'은 '(사람, 동물, 식물 등을) 기르다', '양육하다'라는 뜻과 '회식하다', '대접하다', '쏘다'라는 뜻을 함께 가지고 있으니 문맥을 잘 파악해서 해석해야 합니다.

คนที่อาศัยอยู่ในเมืองมีความยากลำบากในการเลี้ยงสัตว์

도시에 사는 사람들은 동물을 기르는 데 어려움을 겪는다.

ผมจะเลี้ยงอาหารเย็นให้กับทุกท่านที่เข้าร่วมงานวันนี้

행사에 참석해 주신 모든 분께 저녁 식사를 대접하도록 하겠습니다.

> **단어** อาศัยอยู่ 살다, 거주하다 | เมือง 도시, 국가 | ความยากลำบาก 어려움

ผู้จัดการนักร้องออกมาแล้ว แสดงว่าใกล้เลิกแล้ว

매니저가 밖에 있어. 거의 끝나가는 것처럼 보여.

🔍 'แสดง'는 '나타내다', '표현하다', '연기하다', '발표하다', '비치다'라는 뜻으로 형상, 의견, 전시 등 무엇인가 겉으로 나타내거나 표현하는 것을 말할 때 주로 쓰입니다.

รอยเท้าเหล่านี้แสดงถึงเส้นทางหลบหนีของคนร้าย

이 발자국들은 범인의 도주 경로를 나타낸다.

หนูซื้อเค้กมาแสดงความขอบคุณที่ความช่วยเหลือของคุณครั้งที่แล้ว

지난번 당신의 도움에 대한 감사의 표시로 케이크를 사왔어요.

> **단어** รอยเท้า 발자국 | หลบหนี 도주하다, 몰래 도망치다 | คนร้าย 범인 | ความช่วยเหลือ 도움

★확인 테스트

오늘의 장면을 떠올리며 문제를 풀어 보세요.

1 보기에서 적절한 단어를 빈칸에 넣어 문장을 완성하세요.

보기
ทวง　　เครียด　　อยากเห็น

① __________ สจ๊วตปาล์มตอนทำงานมาตั้งนานละ
승무원 빰이 일하는 거 보고 싶었거든.

② เป็นมึงนี่ก็ดีเนอะ ไม่มีเรื่องให้ต้อง __________ อะไรเลย
넌 좋겠다. 스트레스받을 일 없잖아.

③ แล้วทำไมตอนนั้นไม่ __________ กูล่ะ
왜 달라고 말 안 했어?

2 괄호 안의 단어를 사용하여 다음 문장을 태국어로 써 보세요.

① 비행기만 타면 네 생각이 나.

__________________________ (ทีไร, คิดถึง)

② 내 아이 엄마. 관심 있어?

__________________________ (ลูก, ได้)

③ 빰, 매니저가 밖에 있어. 거의 끝나가는 것처럼 보여.

__________________________ (ผู้จัดการ, ใกล้)

정답 확인

1 ① อยากเห็น ② เครียด ③ ทวง
2 ① ขึ้นเครื่องบินทีไรเนี่ย กูคิดถึงมึงทุกทีเลย ② แม้ของลูกจ้า อยากได้ป่ะล่ะ
③ มึง ผู้จัดการนักร้องออกมาแล้ว แสดงว่าใกล้เลิกแล้ว

#20 녹음은 어때? 이제 다 끝났어?

오늘의 장면

미행 중 테드에게 영상통화가 와서 당황하는 낑
과연 낑은 테드에게 들키지 않을 수 있을까?

★ 오늘의 핵심 표현

다음 문장을 큰 소리로 세 번씩 읽어 보세요. ▶| TRACK 20_01

❶ เพิ่งตัดเฝือกเสร็จก็เลยแวะมาหาอะไรกิน
깁스 풀고 방금 밥 먹으러 들렀어. ☑☐☐

❷ อัดเสียงเป็นยังไงบ้าง เรียบร้อยแล้วเหรอคะ
녹음은 어때? 이제 다 끝났어? ☐☐☐

❸ แล้วนี่กุ๊งกิ๊งกินเสร็จจะกลับบ้านเลยรึเปล่าคะ
밥 다 먹고 집에 갈 거야? ☐☐☐

★영화 속 바로 이 장면

오늘의 장면 속 핵심 문장을 학습해 봅시다.

 # 핵심 장면 ①

TRACK 20_02

테드 **สวัสดีค่ะ คุณกุ๊งกิ๊ง อยู่ไหนคะเนี่ย**
안녕, 낑. 어디야?

낑 **อ่อ แปปนึงนะคะพี่เท็ด มึง อยู่ไหนดีวะ**
그게… 잠깐만, 센상! 어디라고 하지?

빰 **ไอ้ที่เค้าขาย ขนมจีบ ซาลาเปา มึง ห้างทอง ๆ**
만두랑 찐빵 파는 데.

อ่อ อยู่เยาวราชค่ะ
맞다, 노점상! 차이나타운이야.

낑 **เพิ่งตัดเฝือกเสร็จก็เลยแวะมาหาอะไรกิน**
깁스 풀고 방금 밥 먹으러 들렀어.

빰 **ขนมจีบ เสี่ยวหลงเปา**
만두랑 찐빵 나왔습니다.

낑 **ติ๋มซำค่ะ กินติ๋มซำ**
딤섬도 있어.

빰 **ฮะเก๋า กับลูกชิ้นเนื้อ ลื้อจะเอาอะไรอีกไหมอ่ะ**
새우 만두랑 비프볼입니다. 다른 필요하신 건 없나요?

단어 ขนมจีบ 중국식 만두 | ซาลาเปา 찐빵 | ห้างทอง 금은방 |
เยาราช 야와랏(태국 차이나타운 지명) | แวะ 들르다 | ติ๋มซำ 딤섬

핵심 장면 ❷

TRACK 20_03

깽 **มีอะไรก็เอามาเถอะค่ะ ไอ้สัตว์**

아무거나 주세요. 멍청이.

테드 **สงสัยจะหิวจัด จะกินหัวเค้าเหรอคะ ไม่เอานะ**

그렇게 배고파? 싸우면 안 돼.

낑 **ขอโทษค่ะพี่เท็ด กิ๊งโมโหหิวไปหน่อย**

미안, 테드. 너무 배고파서.

แล้วนี่ อัดเสียงเป็นยังไงบ้าง เรียบร้อยแล้วเหรอคะ

근데… 녹음은 어때? 이제 다 끝났어?

단어 **หิว** 배고프다 | **โมโห** 화내다, 성내다

핵심 장면 ❸

TRACK 20_04

테드 **แล้วนี่กุ๊งกิ๊งกินเสร็จจะกลับบ้านเลยรึเปล่าคะ**

밥 다 먹고 집에 갈 거야?

낑 **กลับเลยค่ะพี่เท็ด แล้วพี่เท็ดล่ะคะ ไปไหนต่อรึเปล่า**

가야지. 자기는? 어디 또 가?

테드 **ไม่อ่ะ พี่เท็ดว่าจะกลับไปโรงแรมเลยอ่ะ ไปนอนอ่ะ**

아니, 바로 호텔 가서 자야지.

เพลียมากเลยค่ะ

너무 피곤해.

단어 **รึ** ~요?, ~이요?('**หรือ**'의 구어체 표현) | **เพลีย** 피곤하다, 기운이 없다

★영화 속 핵심 문형

오늘의 장면 속 다양한 문형을 학습해 봅시다.

เพิ่งตัดเฝือกเสร็จก็เลยแวะมาหาอะไรกิน
긴스 풀고 방금 밥 먹으러 들렀어.

'เพิ่ง'은 '방금 ~했다'라는 뜻으로 동사 앞에 위치하며 과거 완료의 의미를 나타냅니다.

ขอโทษค่ะ ท่านประธานเพิ่งเข้าร่วมการประชุมค่ะ
죄송합니다. 대표님께서는 막 회의에 참석하러 가셨습니다.

ความทรงจำในประเทศไทยนึกออกมาอย่างชัดเจนเหมือนเพิ่งเกิดขึ้น
태국에서의 추억은 방금 일어난 일처럼 생생하게 떠오른다.

단어 **เข้าร่วม** 참석하다, 참여하다 | **ชัดเจน** 생생하다, 선명하다

เพิ่งตัดเฝือกเสร็จก็เลยแวะมาหาอะไรกิน
긴스 풀고 방금 밥 먹으러 들렀어.

'แวะ'는 '도중에 잠깐 들르다', '경유하다'라는 뜻의 동사로 'แวะ' 뒤에 들르는 목적이나 장소를 쓰면 됩니다.

เรากำลังจะแวะไปที่โรงบาลเพื่อดูอาการของคุณแม่
나는 어머니의 상태를 보기 위해 병원에 들르려고 해.

ระหว่างทางไปทำงานผมมักจะแวะไปที่คาเฟ่และซื้อกาแฟเย็น
출근하는 길에 나는 항상 카페에 들러 아이스커피를 사간다.

단어 **เพื่อ** ~하기 위해, ~의 목적으로 | **มักจะ** 항상, 종종

อัดเสียงเป็นยังไงบ้าง เรียบร้อยแล้วเหรอคะ

녹음은 어때? 이제 다 끝났어?

🔍 '**เรียบร้อย**'는 수식사로 '(일 등이) 안정되다', '(옷차림, 용모 등이) 단정하다', '깔끔하다', '질서정연하다' 등의 다양한 뜻이 있기 때문에 문맥을 잘 파악하여 상황에 맞게 해석해야 합니다.

ต้องแต่งตัวให้เรียบร้อยเมื่อไปสัมภาษณ์

면접을 보러 갈 때는 옷을 단정하게 입어야 한다.

การประชุมหว่างหน่วยงานเสร็จเรียบร้อยแล้ว

부서 간의 회의가 잘 마무리되었다.

단어 แต่งตัว 옷을 입다 | สัมภาษณ์ 면접 | การประชุม 회의 | หน่วยงาน 부서

แล้วนี่กุ๊งกิ๊งกินเสร็จจะกลับบ้านเลยรึเปล่าคะ

밥 다 먹고 집에 갈 거야?

🔍 '**เสร็จ**'과 '**จบ**'은 모두 '끝내다', '마치다'라는 뜻이지만 '**เสร็จ**'은 단순한 일이나 다시 시작할 수 있는 일을 끝냈을 때 사용하는 한편, '**จบ**'은 어떠한 일을 완전히 끝마쳤을 때 사용합니다.

ฉันเพิ่งทำการบ้านเสร็จ

방금 숙제 끝냈어.

เธอเรียนจบแล้วหรอ

너 졸업했어?

단어 การบ้าน 숙제 | เรียนจบ 졸업하다

★확인 테스트

오늘의 장면을 떠올리며 문제를 풀어 보세요.

1 보기에서 적절한 단어를 빈칸에 넣어 문장을 완성하세요.

보기	อะไรอีก ต่อ เฝื่อก

① เพิ่งตัด ________ เสร็จก็เลยแวะมาหาอะไรกิน
깁스 풀고 밥 먹으러 나왔어.

② ลื้อจะเอา ________ ไหมอ่ะ
다른 필요한 건 없나요?

③ แล้วพี่เท็ดล่ะคะ ไปไหน ________ รึเปล่า
자기는? 어디 또 가?

2 괄호 안의 단어를 사용하여 다음 문장을 태국어로 써 보세요.

① 녹음은 어때? 이제 다 끝났어?

________________ (อัดเสียง, แล้ว)

② 밥 다 먹고 집에 갈 거야?

________________ (เสร็จ, กลับ)

③ 방해 안 할 테니까 맛있게 먹어.

________________ (กวน, ให้)

정답 확인

1 ① เฝื่อก ② อะไรอีก ③ ต่อ

2 ① อัดเสียงเป็นยังไงบ้าง เรียบร้อยแล้วเหรอคะ ② แล้วนี่กุ๊งกิ๊งกินเสร็จจะกลับบ้านเลยรึเปล่าคะ
③ งั้นพี่เท็ดไม่กวนแล้วนะ กินต่อให้อร่อยนะคะ

Review #16~#20 복습

★단어 기억하기

음원을 듣고 알맞은 태국어를 써 보세요.

▶| TRACK 20_05

① ______________ ② ______________

③ ______________ ④ ______________

⑤ ______________ ⑥ ______________

★표현 기억하기

주어진 단어를 알맞은 순서로 배열해 보세요.

① รออยู่ / ตัวกลับก่อน / แฟนผม / ต้องขอ / นะครับ

여자 친구가 기다려서 가 봐야겠어요.

____

② ไว้อ่ะ / อุ้ยลางาน / ช่วงไหน / ไปก็ไป

가면 되잖아. 우이, 월차 언제 내려고?

____

③ เวลาเค้า / ที่ฮ่องกงอ่ะ / เราชั่วโมงนึง / เร็วกว่า

홍콩은 한 시간 빨라.

____

주어진 문장을 흐름에 알맞은 순서로 배열해 보세요.

❶ (a) เอิ่ม ไว้ก่อนได้ไหมอ่ะ ช่วงนี้พี่ยังไม่อยากไปไหนเลย
(b) โอเคค่ะ
(c) อุ้ย พี่ขอโทษ คือช่วงนี้พี่บินเยอะ แล้วพี่ก็อยากพักนอนอยู่บ้านบ้างอ่ะ
(d) เลือกให้หน่อยค่ะ ทริปหน้า

답 ______________

❷ (a) แล้วทำไมตอนนั้นมึงไม่ทวงกูล่ะ
(b) ใครบอก ตอนเด็กที่มึงไม่คืนค่าตั๋วเชียงใหม่กู เครียดนะเว้ยอดชวนหญิงไปดูหนังเป็นเดือนเลย
(c) เป็นมึงนี่ก็ดีเนอะ ไม่มีเรื่องให้ต้องเครียดอะไรเลย
(d) พูดด้วยมึงยังไม่พูดกับกูเลย ต้องให้หญิงเลี้ยงไอติมอีก เสียฟอร์มฉิบหาย

답 ______________

❸ (a) มีเผือกทอดไหมอ่ะคะ
(b) มีอะไรก็เอามาเถอะค่ะ ไอ้สัตว์
(c) ฮะเก๋า กับลูกชิ้นเนื้อ ลื้อจะเอาอะไรอีกไหมอ่ะ
(d) ที่มันรถของนึ่ง ไม่ใช่ของทอด มะกี้รถของทอดมาลื้อก็ไม่สั่งอ่ะ เอาเกี๊ยวซ่าแทนไหม สุดยอดเลยนะ

답 ______________

#21 빰, 나 아주 홀딱 빠졌다.

오늘의 장면

테드가 다른 여자와 택시를 타고 어디론가 가는 것을 본 낑
테드의 호텔까지 찾아가서 기다린다.

★오늘의 핵심 표현

다음 문장을 큰 소리로 세 번씩 읽어 보세요. TRACK 21_01

❶ **มึง เค้ามองเราอยู่อ่ะ** ☑☐☐

낑, 우릴 본다고!

❷ **มึงสั่งมาทำไมเยอะแยะวะ** ☐☐☐

왜 이렇게 많이 시켰어?

❸ **บอกพี่เท็ดว่าถอดไปแล้ว เดี๋ยวมันไม่เนียน** ☐☐☐

아까 풀었다고 했으니까.

❹ **มึง ยิ่งกว่าหลงอ่ะ** ☐☐☐

빰, 나 아주 홀딱 빠졌다.

★영화 속 바로 이 장면

오늘의 장면 속 핵심 문장을 학습해 봅시다.

핵심 장면 ①

TRACK 21_02

빰 **พอใจยังอ่ะ กิ๊ง ๆ นักร้องมาว่ะมึง**
만족해? 낑, 그 가수야.

낑 **คุยกับใครวะ**
누구랑 동화하지?

빰 **มึง เค้ามองเราอยู่อ่ะ**
낑, 우릴 본다고!

단어 นักร้อง 가수 | เค้า 그(구어체 3인칭 대명사)

핵심 장면 ②

TRACK 21_03

빰 **มึงสั่งมาทำไมเยอะแยะวะ**
왜 이렇게 많이 시켰어?

낑 **นี่ของมึง นี่ของกู**
우리 둘이 하나씩 마시고,

อีกสองแก้วเอาไว้สาด เผื่อแม่งพากันมานอนไง
테드가 여자랑 나타나면 나머지는 뿌려버릴 거야.

단어 สาด 뿌리다, (물을) 끼얹다

핵심 장면 ❸

TRACK 21_04

빰 **เชี่ย นี่มึงจะแทงเลยเหรอวะ**
테드를 찌를 셈이야?

낑 **กูจะเอามาตัดเฝือก**
깁스 자르려고.

บอกพี่เท็ดว่าถอดไปแล้ว เดี๋ยวมันไม่เนียน
아까 풀었다고 했으니까.

단어 แทง 찌르다 | ถอด 뜯다, 벗기다 | เนียน 섬세하다, 정교하다

핵심 장면 ❹

TRACK 21_05

낑 **แต่กับคนนี้กูแม่งอยากแต่งไว ๆ เลยอ่ะ**
근데 테드랑은 빨리 결혼하고 싶어.

มึงรู้ป่ะ กูฟังเพลงอะไรก็เห็นเป็นหน้าพี่เค้าตลอดเลย
있지, 어떤 노래를 들어도 테드 생각이 나.

กับพี่หลุยส์กูยังไม่เคยเป็นแบบนี้เลยนะเว้ย
루이스한테는 이런 감정 못 느꼈어.

빰 **หลง**
푹 빠졌네.

낑 **มึง ยิ่งกว่าหลงอ่ะ**
빰, 나 아주 홀딱 빠졌다.

단어 ไว ๆ 아주 빨리 | หลง 빠지다, 잃다 | ยิ่ง 최고로, 점점, 더욱 더

★영화 속 핵심 문형

오늘의 장면 속 다양한 문형을 학습해 봅시다.

มึง เค้ามองเราอยู่อ่ะ

낑, 우릴 본다고!

'มอง'은 '바라보다', '주시하다', '응시하다'라는 뜻으로 바라보는 대상을 나타내는 어휘 앞에 쓰면 됩니다.

เมื่อกูตื่นขึ้นมา มองไปรอบ ๆ และพบว่ากูอยู่ในโรงบาล

정신이 들어 주위를 둘러보자 내가 병원에 있다는 것을 알게 되었다.

มันเป็นการเสียมารยาทที่จะมองตาคนแปลกหน้าเป็นเวลานานเกินไป

모르는 사람의 눈을 너무 오랫동안 바라보는 것은 예의에 어긋난다.

단어 รอบ ๆ 주위 | มารยาท 예의

มึงสั่งมาทำไมเยอะแยะวะ

왜 이렇게 많이 시켰어?

'สั่ง'은 본문에 쓰인 것과 같이 주로 쓰이는 '시키다', '주문하다'라는 뜻 외에도 '명령하다', '지휘하다'라는 뜻도 가지고 있어 상황에 따라 다양하게 활용이 가능합니다.

ช่วงนี้ที่ไทยก็สั่งอาหารทางออนไลน์ได้

요즘 태국에서도 온라인으로 음식을 주문할 수 있다.

ผมแค่ทำตามคำสั่งจากหน่วยเหนือและผมไม่ได้ทำอะไรผิด

저는 그저 상부의 명령에 따랐을 뿐 아무런 잘못이 없습니다.

단어 หน่วยเหนือ 상부

บอกพี่เท็ดว่าถอดไปแล้ว เดี๋ยวมันไม่เนียน

아까 풀었다고 했으니까.

'ไป'는 '가다'라는 뜻의 동사로 자주 쓰이지만, 여기서의 'ไป'는 보조동사의 역할로 본동사의
뒤에 쓰여 본동사를 강조, 지속, 진행하는 의미로 쓰였습니다.

 สัปดาห์ที่แล้วเราได้รับเงินเดือน แต่ใช้ไปหมดแล้วอ่ะ

나 지난주에 월급을 받았는데 이미 다 써버렸어.

มึง กูคิดว่าคนขับรถที่รถหน้าเป็นมือใหม่หัดขับ เพราะขับรถช้าไป

앞차 운전자 초보운전인 것 같아. 너무 천천히 가.

단어 เงินเดือน 월급 | มือใหม่หัดขับ 초보운전

มึง ยิ่งกว่าหลงอ่ะ

빰, 나 아주 홀딱 빠졌다.

'หลง'은 '빠지다', '잃다', '헤매다', '오해하다'라는 뜻으로 감정을 나타내는 단어와 함께 쓰이
면 '~에 심취하다'라는 의미로 해석됩니다.

ดาวหลงรักเด็กชายในชั้นเรียนเดียวกัน

다우는 같은 반의 남학생에게 반했다.

กูไม่สามารถทนต่อการหลงตัวเองของเขาได้อีกต่อไปอ่า

나는 더 이상 그의 자아도취를 참아줄 수 없어.

단어 ชั้นเรียน 반, 학급 | ทน 참다 | หลงตัวเอง 자아도취

★확인 테스트

오늘의 장면을 떠올리며 문제를 풀어 보세요.

1 보기에서 적절한 단어를 빈칸에 넣어 문장을 완성하세요.

보기: คลั่ง ไปตาม สาด

① มึงรู้เหรอว่าจะ ___________ เค้าที่ไหนอ่ะ
너 어디 가는지는 알고?

② อีกสองแก้วเอาไว้ ___________ เผื่อแม่งพากันมานอนไง
테드가 여자랑 나타나면 나머지는 뿌려버릴 거야.

③ รู้ตัวเปล่าเนี่ย ทำไมกับคนนี้มึง ___________ จังวะ
알고는 있어? 왜 그렇게 집착해?

2 괄호 안의 단어를 사용하여 다음 문장을 태국어로 써 보세요.

① 깜짝 이벤트라고 하면 되지.
________________________________ (มา, ไง)

② 너 내가 결혼하기 싫어하는 거 알지?
________________________________ (เปล่า, แต่งงาน)

③ 루이스한테는 이런 감정 못 느꼈어.
________________________________ (เคย, แบบนี้)

정답 확인

1 ① ไปตาม ② สาด ③ คลั่ง
2 ① ก็กูมาเซอร์ไพรส์ไง ② มึงรู้ใช่เปล่า ว่ากูเป็นคนที่ไม่อยากแต่งงาน
③ กับพี่หลุยส์กูยังไม่เคยเป็นแบบนี้เลยนะเว้ย

22 됐어. 말싸움 그만하자.

오늘의 장면

호텔에서 테드를 기다리며 테드와의 미래를 그려보는 낑

★ 오늘의 핵심 표현

다음 문장을 큰 소리로 세 번씩 읽어 보세요.

TRACK 22_01

❶ **ถ้าเกิดว่านอกใจขึ้นมาเนี่ย ฟ้องได้ทั้งผัวทั้งเมียน้อยเลย**

남편이 바람피우면 상간녀랑 쌍으로 고소하라고.

❷ **พูดอย่างกับได้เงินแล้วมึงจะหายเสียใจอ่ะเนอะ**

돈이면 위로가 된다고 생각하는구나.

❸ **แล้วมึงก็อยู่แบบเปลี่ยนหญิงเรื่อย ๆ แบบของมึงก็แล้วกัน**

넌 지금처럼 계속 즐기기만 하겠지.

❹ **พอเลย พอ ๆ มึงไม่ต้องมาพาลใส่กูเลย**

됐어. 말싸움 그만하자.

★영화 속 바로 이 장면

오늘의 장면 속 핵심 문장을 학습해 봅시다.

핵심 장면 ①

TRACK 22_02

빰 **เพ้อสัดอ่ะมึง**

꿈도 크네.

ก่อนแต่งใครก็พูดอย่างงั้นได้ทั้งนั้นแหละ

다늘 결혼 전에는 그런 소릴 하지만

낑 **แต่แม่งมันจะเป็นอย่างที่พูดเปล่าเหอะ**

어떻게 될지는 아무도 모르지.

จริง ๆ แต่งงานมันก็ดีนะเว้ยมึง

사실, 결혼은 좋은 거야.

แม่กูบอกว่า

엄마가 그러셨어.

ถ้าเกิดว่านอกใจขึ้นมาเนี่ยฟ้องได้ทั้งผัวทั้งเมียน้อยเลย

남편이 바람피우면 상간녀랑 쌍으로 고소하라고.

단어 เพ้อ 헛소리를 하다 | ทั้งนั้น 모두 | นอกใจ 변심하다 | ฟ้อง 고소하다 | เมียน้อย 상간녀, 첩

핵심 장면 ②

TRACK 22_03

빰 **พูดอย่างกับได้เงินแล้วมึงจะหายเสียใจอ่ะเนอะ**

돈이면 위로가 된다고 생각하는구나.

단어 ได้ 얻다, 가능하다 | หาย 사라지다

핵심 장면 ③

TRACK 22_04

낑 **เออ** แล้วมึงก็อยู่แบบเปลี่ยนหญิงเรื่อย ๆ แบบของมึงก็แล้วกัน

그래, 넌 지금처럼 계속 즐기기만 하겠지.

빰 **มึงรู้ได้ไง ว่ากูไม่อยากแต่ง**

내가 언제 결혼하기 싫대?

낑 **อย่างมึงอ่ะนะ แต่งไปหมดตูดแน่นอน**

넌 결혼하면 파산할 게 뻔해.

단어 **เรื่อย** 계속, 항상, 끊임없이 | **หมดตูด** 파산하다, 빈털터리가 되다 | **แน่นอน** 반드시, 분명히

핵심 장면 ④

TRACK 22_05

낑 **มึงไม่ได้ทำอะไรผิดมึงจะมาอึดอึดทำไมวะ**

넌 잘못한 거 없어. 뭐가 지긋지긋해?

빰 **อึดอัดตีนมึงอ่ะ เหม็นฉิบหาย**

네 족발! 냄새가 고약해.

พอเลย พอ ๆ มึงไม่ต้องมาพาลใส่กูเลย

됐어. 말싸움 그만하자.

กูกับมึงไม่ได้แต่งงานด้วยกันสักหน่อย

나랑 결혼하는 것도 아닌데.

รอเจ้าบ่าวมึงไป

네 신랑이나 기다려.

단어 **ตีน** (동물의) 발 | **พาล** 트집잡다, 괴롭히다 | **เจ้าบ่าว** 신랑

★영화 속 핵심 문형

오늘의 장면 속 다양한 문형을 학습해 봅시다.

ถ้าเกิดว่านอกใจขึ้นมาเนี่ยฟ้องได้ทั้งผัวทั้งเมียน้อยเลย

남편이 바람피우면 상간녀랑 쌍으로 고소하라고.

'นอกใจ'는 'นอก(~밖에)'와 'ใจ(마음)'가 결합된 단어로 '변심하다', '바람피우다'라는 뜻을 나타냅니다. 이와 같이 다양한 단어 뒤에 'ใจ'를 결합시켜 새로운 복합어로 사용할 수 있습니다.

หนูเข้าใจทุกอย่างที่ครูพูดค่ะ

선생님 말씀을 전부 이해했어요.

นักเรียนต้องใส่ใจในสุขภาพและการศึกษา

학생들은 건강과 교육에 주의를 기울여야 한다.

단어 ใส่ใจ 신경을 쓰다, 관심을 두다 | สุขภาพ 건강

พูดอย่างกับได้เงินแล้วมึงจะหายเสียใจอ่ะเนอะ

돈이면 위로가 된다고 생각하는구나.

'ได้'는 다양한 의미로 쓰입니다. 시제조동사로 쓰일 때는 과거의 의미를, 가능조동사로 쓰일 때는 '~할 수 있다'의 의미로 쓰이며 위와 같이 본동사로 쓰일 때는 '얻다', '획득하다', '취득하다', '입수하다'라는 뜻으로 사용됩니다.

ได้รับใบอนุญาตคอมพิวเตอร์ก่อนที่คุณจะได้งาน

취업하기 전에 컴퓨터 자격증을 취득해라.

ถ้าฉันได้เงินเยอะ ฉันจะตอบแทนพ่อแม่ของฉัน

내가 돈을 많이 벌게 된다면 부모님께 보답할 것이다.

단어 ใบอนุญาต 자격증, 허가증 | ตอบแทน 보답하다

แล้วมึงก็อยู่แบบเปลี่ยนหญิงเรื่อย ๆ แบบของมึงก็แล้วกัน

넌 지금처럼 계속 즐기기만 하겠지.

'เรื่อย ๆ'는 '계속', '항상', '끊임없이'의 뜻으로 상태의 지속이나 점진적인 변화를 나타냅니다.

ตรงไปตามเส้นทางนี้เรื่อย ๆ

이 길을 따라 계속 직진하세요.

เมื่อฤดูใบไม้ผลิมาถึง อากาศเริ่มอุ่นขึ้นเรื่อย ๆ

봄이 오면서 날씨가 점점 따뜻해지고 있습니다.

단어 ฤดูใบไม้ผลิ 봄 | อุ่น 따뜻하다

พอเลย พอ ๆ มึงไม่ต้องมาพาลใส่กูเลย

됐어. 말싸움 그만하자.

'พอ'가 수식사로 쓰일 때는 '충분하다', '충족하다', '만족하다'라는 뜻으로 부족함 없이 넉넉한 상태일 때 사용됩니다.

สั่งแค่นี้ก็น่าจะพอแล้ว

그 정도만 시켜도 충분할 것 같아.

แม้ว่าคุณจะยุ่งแค่ไหน คุณควรนอนหลับให้เพียงพอ

아무리 바쁘더라도 잠은 충분히 자야 한다.

단어 ยุ่ง 바쁘다 | ควร 마땅하다 | เพียง 충분히

★확인 테스트

오늘의 장면을 떠올리며 문제를 풀어 보세요.

1 보기에서 적절한 단어를 빈칸에 넣어 문장을 완성하세요.

보기	เมียน้อย ทั้งนั้น เรื่อย ๆ

① ก่อนแต่งใครก็พูดอย่างงั้นได ________ แหละ
다들 결혼 전에는 그런 소리를 하지.

② ถ้าเกิดว่านอกใจขึ้นมาเนี่ยฟ้องได้ทั้งผัวทั้ง ________ เลย
남편이 바람피우면 상간녀랑 쌍으로 고소하라고.

③ แล้วมึงก็อยู่แบบเปลี่ยนหญิง ________ แบบของมึงก็แล้วกัน
넌 지금처럼 계속 즐기기만 하겠지.

2 괄호 안의 단어를 사용하여 다음 문장을 태국어로 써 보세요.

① 돈이면 위로가 된다고 생각하는구나.
________________________ (ได้, หาย)

② 테드가 무슨 짓 하는지 난 몰라야 해?
________________________ (เค้า, อย่างงั้น)

③ 나랑 결혼하는 것도 아닌데.
________________________ (ได้, สัก)

정답 확인

1 ① ทั้งนั้น ② เมียน้อย ③ เรื่อย ๆ

2 ① พูดอย่างกับได้เงินแล้วมึงจะหายเสียใจอ่ะเนอะ ② เค้าไปทำผิดอะไร กูต้องไม่รู้อย่างงั้นเหรอ
③ กูกับมึงไม่ได้แต่งงานด้วยกันสักหน่อย

23 술에 너무 취해서 호텔까지 오기 힘들었을지도 몰라.

오늘의 장면

아무리 기다려도 돌아오지 않는 테드
낑은 걱정되어 계속 전화를 걸지만 테드는 받지 않는다.

★ 오늘의 핵심 표현

다음 문장을 큰 소리로 세 번씩 읽어 보세요. TRACK 23_01

❶ **กูแจ้งตำรวจดีเปล่ามึง**
경찰에 알려야 할까?

❷ **อย่างน้อยก็จะได้รู้ว่าเกิดเรื่องอะไรขึ้นบ้างอ่ะ**
그럼 최소한 무슨 일인지 알 수 있잖아.

❸ **ดื่มหนักมากจนเมา กลับโรงแรมไม่ไหว**
술에 너무 취해서 호텔까지 오기 힘들었을지도 몰라.

❹ **เค้าก็เลยรับสาย แค่นี้อ่ะมึง**
테드가 그래서 전화를 받은 거야. 그게 다야.

★영화 속 바로 이 장면

오늘의 장면 속 핵심 문장을 학습해 봅시다.

핵심 장면 ①

TRACK 23_02

낑 **อยู่ไหนวะพี่เท็ด ทำไมไม่รับวะ**
왜 전화를 안 받아?

เค้าบอกกูว่าเค้าจะกลับโรงแรมนี่นานไปเปล่าวะ
호텔로 간다고 했는데 이렇게나 오래 걸려?

กูแจ้งตำรวจดีเปล่ามึง
경찰에 알려야 할까?

빰 **หายไปกับผู้หญิงสองสามชั่วโมง ตำรวจไม่รับแจ้งความหรอกมึง**
여자랑 사라진 지 두어 시간 됐다고 경찰이 조사하진 않지.

단어 แจ้ง 알리다, 신고하다

핵심 장면 ②

TRACK 23_03

낑 **กูว่าต้องเกิดอุบัติเหตุอะไรแน่ ๆ เลยอ่ะมึง**
분명 사고가 난 거야.

โทรหาตำรวจดีป่ะ
경찰에 전화할까?

อย่างน้อยก็จะได้รู้ว่าเกิดเรื่องอะไรขึ้นบ้างอ่ะ
그럼 최소한 무슨 일인지 알 수 있잖아.

빰 **มึงลองเอาเบอร์อื่นโทรหาพี่เค้าดูก่อนไหม**
다른 전화로 걸어 봐.

단어 อย่างน้อย 최소한, 적어도

핵심 장면 ③

TRACK 23_04

빰 บางที ผู้หญิงบนแท็กซี่
อาจจะเป็นเพื่อนพี่เท็ดก็ได้นะเว้ย

택시에 탄 여자는 테드 친구 같아.

เค้าอาจจะนัดกินข้าวกัน กินเสร็จแล้วก็แยกย้ายอ่ะมึง

저녁 먹으러 갔다가 헤어졌을 거야.

พี่เท็ดอาจจะ ดื่มหนักมากจนเมา กลับโรงแรมไม่ไหว

테드는 아마 술에 너무 취해서 호텔까지 오기 힘들었을지도 몰라.

단어 นัด 약속(하다) | หนัก 심하다, 무겁다 | เมา 취하다

핵심 장면 ④

TRACK 23_05

빰 เค้าก็เลยหา Hostel เปิด Hostel นอนแถวนั้น

그래서 가까운 호스텔에 쉬려고 갔을 거야.

ก็เลยไม่ได้รับสายมึงอ่ะ แล้ว พี่เท็ดก็ ก็

쓰러져서 전화를 못 받았겠지. 그리고 테드는 그게…

ปวดเยี่ยวกลางดึก พี่เท็ดก็เลยลุกขึ้นมาเยี่ยว

한밤중에 소변이 급했을 거야. 화장실에 갔다가

พอดีกับตอนที่เบอร์กูโทรไปอ่ะมึง

그때 마침 내 번호로 전화가 갔고,

เค้าก็เลยรับสาย แค่นี้อ่ะมึง

테드가 그래서 전화를 받은 거야. 그게 다야.

단어 แถว 근처, 줄, 열 | เยี่ยว 소변을 보다

★영화 속 핵심 문형

오늘의 장면 속 다양한 문형을 학습해 봅시다.

กูแจ้งตำรวจดีเปล่ามึง

경찰에 알려야 할까?

'แจ้ง'은 어떠한 내용을 '알리다', '고지하다', '통지하다'라는 뜻으로, 주로 뒤에 '내용', '일'이라는 뜻을 가진 'ความ'을 붙여 'แจ้งความ(통지하다)'으로 사용되는 경우가 많습니다.

ใบแจ้งความส่งถึงบ้านในวันที่ 20 ของทุกเดือน

고지서는 매월 20일에 집으로 송달된다.

คุณต้องการปิดการแจ้งเตือนมือถือหรือไม่

휴대 전화 알림을 해제하시겠습니까?

단어 ใบแจ้งความ 고지서 | เตือน 예고하다, 재촉하다, 경고하다

อย่างน้อยก็จะได้รู้ว่าเกิดเรื่องอะไรขึ้นบ้างอ่ะ

그럼 무슨 일인지 알 수 있잖아.

'อย่างน้อย'는 '최소한', '적어도', '다소', '조금'이라는 뜻으로 최소의 한도를 나타내는 표현이고, 'อย่าง' 뒤에 'มาก', 'ถูก', 'แพง' 등 다른 수식사를 붙여 '많아도', '싸도', '비싸도'와 같이 다양하게 활용할 수 있습니다.

หุ้นนี้จะเพิ่มขึ้นอย่างน้อยสองเท่า

이 주식은 최소한 두 배 이상 오를 것이다.

มนุษย์ต้องรับประทานอาหารอย่างเพียงพออย่างน้อยวันละมื้อ

사람은 적어도 하루에 한 끼는 충분히 먹어야 한다.

단어 หุ้น 주식 | เท่า 배, 갑절 | มนุษย์ 사람, 인간, 인류 | มื้อ 끼, 번(식사에 사용)

ดื่มหนักมากจนเมา กลับโรงแรมไม่ไหว

술에 너무 취해서 호텔까지 오기 힘들었을지도 몰라.

‘หนัก’의 기본형은 ‘(무게가) 무겁다’라는 뜻으로, 이에 파생된 ‘몹시’, ‘심하다’, ‘격렬하다’라는 뜻도 있습니다. 이 단어를 활용하여 ‘비가 많이 내리다’, ‘일이 매우 많다’ 등의 문장을 만들 때 사용할 수 있습니다.

ฉันยกเลิกนัด เพราะข้างนอกฝนตกหนัก

밖에 비가 많이 와서 약속을 취소했다.

เมื่อคืนพ่อล้มลงเนื่องจากทำงานหนักเกินไป

어젯밤에 아버지께서 과로로 쓰러지셨다.

단어 ยกเลิก 취소하다 | ล้มลง 쓰러지다, 넘어지다

เค้าก็เลยรับสาย แค่นี้อ่ะมึง

테드가 그래서 전화를 받은 거야. 그게 다야.

‘เค้า’는 본문과 같이 ‘그’라는 인칭대명사 ‘เขา’의 구어체 표현이며, 명사로 쓰이면 ‘기미’, ‘조짐’, ‘모습’, ‘외관’ 등 다양한 의미를 나타냅니다.

เค้าพูดว่าอะไร

걔가 뭐라고 말했어?

มีเค้าว่าฝนจะตกเย็นนี้ก็เลยเอาร่มไปด้วยสิ

오늘 저녁에 비가 올 것 같으니 우산 들고 나가.

단어 เอา 휴대하다, 소지하다

★확인 테스트

오늘의 장면을 떠올리며 문제를 풀어 보세요.

1 보기에서 적절한 단어를 빈칸에 넣어 문장을 완성하세요.

보기

เสร็จ นานไป แจ้งความ

① เค้าบอกกูว่าเค้าจะกลับโรงแรมนี่ ________ เปล่าวะ

호텔로 간다고 했는데 이렇게나 오래 걸려?

② หายไปกับผู้หญิงสองสามชั่วโมง ตำรวจไม่รับ ________ หรอกมึง

여자랑 사라진 지 두어 시간 됐다고 경찰이 조사하진 않지.

③ เค้าอาจจะนัดกินข้าวกัน กิน ________ แล้วก็แยกย้ายอ่ะมึง

저녁 먹으러 갔다가 헤어졌을 거야.

2 괄호 안의 단어를 사용하여 다음 문장을 태국어로 써 보세요.

① 분명 사고가 난 거야.

________ (อุบัติเหตุ, แน่ ๆ)

② 택시에 탄 여자는 테드 친구 같아.

________ (บางที, อาจจะ)

③ 테드는 그게… 한밤중에 소변이 급했을 거야.

________ (ก็, ปวด)

정답 확인

1 ① นานไป ② แจ้งความ ③ เสร็จ

2 ① กูว่าต้องเกิดอุบัติเหตุอะไรแน่ ๆ เลยอ่ะมึง ② บางที ผู้หญิงบนแท็กซี่อาจจะเป็นเพื่อนพี่เท็ดก็ได้นะเว้ย

③ พี่เท็ดก็ ก็ ปวดเยี่ยวกลางดึก

#24 다시는 절대 그러지 마.

오늘의 장면

테드가 바람피운 사실을 확인한 낑은 충격을 받고
갑자기 돌발행동을 한다.

★ 오늘의 핵심 표현

다음 문장을 큰 소리로 세 번씩 읽어 보세요. TRACK 24_01

❶ **ห้ะ หยุด ๆ ดูข้างนอก**
응? 멈춰, 멈춰요! 밖을 봐요!

❷ **มึงห้ามทำแบบมะกี้อีกเด็ดขาดเลยนะ**
다시는 절대 그러지 마.

❸ **เมื่อเปิดที่เก็บของเหนือศีรษะ โปรดระมัดระวัง**
좌석 위 선반을 여실 때는 주의하시기 바랍니다.

❹ **ท่านสามารถรับกระเป๋าได้ที่สายพานหมายเลข 1 ค่ะ**
위탁 수화물 찾는 곳은 1번입니다.

★ 영화 속 바로 이 장면

오늘의 장면 속 핵심 문장을 학습해 봅시다.

핵심 장면 ①

TRACK 24_02

빰 ห้ะ หยุด ๆ ดูข้างนอก ถอย ถอยรถ ถอยให้หน่อยครับ
응? 멈춰, 멈춰요! 밖을 봐요! 후진하세요. 뒤로 가시라고요!

มึงจับไว้ก่อนนะเว้ย เกาะไว้แน่น ๆ นะเว้ย
낑, 꽉 잡아! 꽉 잡아!

กูมาแล้วมึง กูมาช่วยมึงนะเว้ย
낑, 나 왔어! 내가 도와줄게.

낑 กูไม่น่ามาเลย กูไม่น่ารู้เลย
오지 말았어야 했어! 모르는 게 나았어!

단어 ถอย 후진하다, 뒤로 물러나다 | เกาะ 붙잡다, 매달리다 | แน่น 꽉, 꼭

핵심 장면 ②

TRACK 24_03

빰 กิ๊งครับ มึงห้ามทำแบบมะกี้อีกเด็ดขาดเลยนะ
낑, 다시는 절대 그러지 마.

ถ้ามึงตกลงมา มึงตายได้เลยนะเว้ย ป่ะ กลับบ้านกัน
그러다 떨어지면 죽어. 일어나. 집에 가자.

낑 กูยังไม่อยากกลับบ้านอ่ะ พรุ่งนี้มึงทำงานป่ะ
집에 가기 싫어. 내일 출근해?

빰 ทำดิ กูบินเช้าอ่ะ ลาไม่ได้ด้วย
응. 오전 비행 있어. 월차도 못 내고.

단어 มะกี้ 방금, 아까('เมื่อกี้'의 구어체 표현) | เด็ดขาด 절대로, 전혀, 반드시

 # 핵심 장면 ③

TRACK 24_04

기내 방송 **เพื่อความปลอดภัย กรุณานั่งรัดเข็มขัดอยู่กับที่จนกว่าเครื่องบินจอดเรียบร้อย และสัญญาณแจ้งรัดเข็มขัดดับ**

비행기가 완전히 정지하고 안내등이 꺼질 때까지 승객 여러분의 안전을 위해 안전띠를 착용해 주십시오.

เมื่อเปิดที่เก็บของเหนือศีรษะโปรดระมัดระวังสิ่งของที่อาจตกลงมาถูกตัวท่านหรือผู้อื่นได้

소지품이 떨어지지 않도록 좌석 위 선반을 여실 때는 주의하시기 바랍니다.

단어 ปลอดภัย 안전하다, 무사하다 | รัด 매다, 묶다, 조르다 | เข็มขัด 벨트, 허리띠 | จนกว่า ~할 때까지, ~에 이를 때까지 | สัญญาณ 신호, 경보 | เหนือศีรษะ 머리 위쪽에 있다

 # 핵심 장면 ④

TRACK 24_05

기내 방송 **ท่านสามารถรับกระเป๋าได้ที่สายพานหมายเลข 1 ค่ะ**

위탁 수하물 찾는 곳은 1번입니다.

단어 สายพาน (수하물) 컨베이어 벨트

★영화 속 핵심 문형

오늘의 장면 속 다양한 문형을 학습해 봅시다.

ห้ะ หยุด ๆ ดูข้างนอก
응? 멈춰, 멈춰요! 밖을 봐요!

'หยุด'은 '멈추다', '정지하다', '쉬다'라는 뜻으로 태국 현지 안내문이나 경고문에서 자주 볼 수 있는 단어입니다.

กรุณาหยุดรถและรอสักครู่
잠시 정차하여 기다려 주십시오.

ปีนี้โชคร้ายวันหยุดราชการตรงกับวันอาทิตย์หลายครั้ง
올해는 불행하게도 공휴일과 일요일이 여러 번 겹친다.

단어 โชคร้าย 불행 | วันหยุดราชการ 공휴일

มึงห้ามทำแบบมะกี้อีกเด็ดขาดเลยนะ
다시는 절대 그러지 마.

'ห้าม'은 '금하다', '금지하다', '저지하다'라는 뜻의 금지조동사로 동사 앞에 위치합니다. 또 다른 금지조동사인 'อย่า'는 '~하지 마라'라는 뜻으로 'ห้าม'보다 금지의 정도가 약합니다.

ที่นี่เป็นเขตห้ามสูบบุหรี่
이곳은 흡연 금지 구역입니다.

ห้ามถ่ายรูปหรือวิดีโอระหว่างการแสดง
공연 중에는 사진이나 비디오 촬영을 금지합니다.

단어 เขต 구역, 지대 | การแสดง 공연

เมื่อเปิดที่เก็บของเหนือศีรษะ โปรดระมัดระวัง

좌석 위 선반을 여실 때는 주의하시기 바랍니다.

🔍 '**ศีรษะ**'는 '머리', '꼭대기', '고개'라는 뜻으로 문어체 표현입니다. 공식적인 자리나 문서상에서 자주 사용하며 일상적으로 대화할 때는 주로 '**ศีรษะ**' 대신 '**หัว**'를 사용합니다.

เงยศีรษะขึ้นหน่อยนะคะ

고개를 좀 들어 주세요.

ในประเทศไทยการลูบศีรษะคนอื่นเป็นการกระทำที่ไม่สุภาพ

태국에서 다른 사람의 머리를 쓰다듬는 것은 무례한 행동이다.

> 단어   เงย (숙이고 있는 얼굴을) 들다 | ลูบ 쓰다듬다

ท่านสามารถรับกระเป๋าได้ที่สายพานหมายเลข 1 ค่ะ

위탁 수화물 찾는 곳은 1번입니다.

🔍 '**สามารถ + 동사 + ได้**'는 '~이 가능하다'라는 가능조동사입니다. 참고로 불가능을 나타내기 위해 '**ไม่**'를 사용할 때에는 '**ได้**' 앞이 아닌 '**สามารถ**' 앞에 놓아야 하는 것을 유념합시다.

คุณไม่สามารถรับประทานอาหารในร้านหลัง 3 ทุ่ม

저녁 9시 이후에는 매장 내에서 취식이 불가능합니다.

เด็กอายุต่ำกว่า 5 ปีสามารถเข้าได้พร้อมกับผู้ปกครอง

5세 미만의 어린이는 보호자와 함께 입장할 수 있습니다.

> 단어   พร้อมกับ 동반하다 | ผู้ปกครอง 보호자

★확인 테스트

오늘의 장면을 떠올리며 문제를 풀어 보세요.

1 보기에서 적절한 단어를 빈칸에 넣어 문장을 완성하세요.

보기 ความปลอดภัย ตกลง น่ารู้

① กูไม่น่ามาเลย กูไม่ __________ เลย
오지 말았어야 했어! 모르는 게 나았어!

② ถ้ามึง __________ มา มึงตายได้เลยนะเว้ย
그러다 떨어지면 죽어.

③ เพื่อ __________ กรุณานั่งรัดเข็มขัดอยู่กับที่
승객 여러분의 안전을 위해 안전띠를 착용해 주십시오.

2 괄호 안의 단어를 사용하여 다음 문장을 태국어로 써 보세요.

① 다시는 절대 그러지 마.
__________ (ห้าม, มะกี้)

② 집에 가기 싫어. 내일 출근해?
__________ (ยัง, ทำงาน)

③ 위탁 수하물 찾는 곳은 1번입니다.
__________ (ท่าน, หมายเลข)

정답 확인

1 ① น่ารู้ ② ตกลง ③ ความปลอดภัย

2 ① มึงห้ามทำแบบมะกี้อีกเด็ดขาดเลยนะ ② กูยังไม่อยากกลับบ้านอ่ะ พรุ่งนี้มึงทำงานป่ะ
③ ท่านสามารถรับกระเป๋าได้ที่สายพานหมายเลข 1 ค่ะ

비행 하나 더 하고 바로 달려갈게.

오늘의 장면

집에 가기 싫다는 낑을 위해
비행 스케줄 후 낑이 있는 끄라비로 다시 향하는 빰

★ 오늘의 핵심 표현

다음 문장을 큰 소리로 세 번씩 읽어 보세요.   ▶ TRACK 25_01

❶ **ขอบคุณนะครับ เที่ยวให้สนุกนะครับผม**   ☑ ☐ ☐
감사합니다. 좋은 여행 되세요.

❷ **เดี๋ยวกูบินอีกแลนด์นึง แล้วจะรีบกลับมาหา**   ☐ ☐ ☐
비행 하나 더 하고 바로 달려갈게.

❸ **แดกเหี้ยอะไรของมึงเนี่ย**   ☐ ☐ ☐
뭘 퍼먹는 거야?

❹ **มึงเชื่อกูดิ กูเลิกกับแฟนบ่อย**   ☐ ☐ ☐
내 말 믿어. 실연을 자주 해 봤으니까.

★영화 속 바로 이 장면

오늘의 장면 속 핵심 문장을 학습해 봅시다.

핵심 장면 ❶

TRACK 25_02

빰 ขอบคุณนะครับ เที่ยวให้สนุกนะครับผม

감사합니다. 좋은 여행 되세요.

낑 มึงลงไปกับกูเลยไม่ได้เหรอ

지금 나랑 같이 못 가?

핵심 장면 ❷

TRACK 25_03

빰 เดี๋ยวกูบินอีกแลนด์นึง แล้วจะรีบกลับมาหา

비행 하나 더 하고 바로 달려갈게.

낑 กูขอบคุณมึงค่ะ ขอบคุณค่ะ ๆ

정말 고마워. 고마워, 진짜 고마워!

쭈 เอ้าปาล์มมีคนรู้จักมาไม่บอกพวกพี่อ่ะลูก

빰, 왜 친구가 탔다고 얘기 안 했어요?

빰 อ่อ นี่กิ๊งฮะ พี่จุ๊

낑이에요, 쭈 선배.

단어 บิน 비행하다, 날다

핵심 장면 ③

TRACK 25_04

낑 **มึง ซื้อเบียร์มาแช่ฟรีซให้กูหน่อยดิ**
빰, 맥주 좀 사서 얼려놔 줘.

อยากแดกเบียร์วุ้นน่ะ
맥주 슬러시 마시고 싶어.

빰 **มึงพอเลย** แดกเหี้ยอะไรของมึงเนี่ย
그만 마셔. 뭘 퍼먹는 거야?

단어 **เบียร์** 맥주 | **แช่** 담그다, 내버려 두다 | **ฟรีซ** 얼리다(freeze) | **วุ้น** 슬러시, 젤리 | **แดก** 게걸스럽게 먹다

핵심 장면 ④

TRACK 25_05

낑 **ไม่ กูจะนอนตรงนี้ กูจะแดกวนไปเรื่อย ๆ**
싫어. 그냥 잘 거야. 계속 먹고 자기만 할래.

빰 **ออกไปข้างนอกหน่อย มันช่วยได้นะเว้ย**
바람 좀 쐬면 기분이 나아질 거야.

มึงเชื่อกูดิ กูเลิกกับแฟนบ่อย
내 말 믿어. 실연을 자주 해 봤으니까.

낑 **มึงดูสภาพกูไว้นะ**
내 얼굴 좀 봐.

เนี่ยแหละสภาพสาว ๆ เวลาโดนมึงเทอ่ะ
네가 찬 여자들 얼굴도 꼭 나 같았을걸.

단어 **วน** 돌다, 회전하다 | **เท** (마음을) 기울이다, 쏟다, 쏟아버리다

25 비행 하나 더 하고 바로 달려갈게. | 165

★영화 속 핵심 문형

오늘의 장면 속 다양한 문형을 학습해 봅시다.

ขอบคุณนะครับ เที่ยวให้สนุกนะครับผม

감사합니다. 좋은 여행 되세요.

'ให้'는 '주다', '급여하다'라는 뜻의 동사로 쓰일 뿐만 아니라, 본문과 같이 형용사 앞에 위치하여 '~하게'라는 뜻으로 부사화하는 역할도 할 수 있습니다.

เราจะจัดส่งให้เร็วที่สุดเท่าที่จะทำได้

최대한 빠르게 배송해 드리겠습니다.

ใช้ชีวิตให้มีความสุขได้ด้วยงานอดิเรก

취미생활을 통해 행복하게 살아갈 수 있다.

단어 ใช้ชีวิต 생활하다, 살아가다 | งานอดิเรก 취미

เดี๋ยวกูบินอีกแลนด์นึง แล้วจะรีบกลับมาหา

비행 하나 더 하고 바로 달려갈게.

'รีบ'은 '서두르다', '빨리', '즉각', '급속히'라는 뜻으로 'รีบ' 뒤에 빠르게 해야 하는 행위를 쓰면 됩니다.

เรามีเวลา 3 ชั่วโมงก่อนการประชุมจะเริ่ม ดังนั้นคุณไม่ต้องรีบขนาดนั้น

회의 시작까지 3시간 남았으니, 그렇게 서두르지 않아도 됩니다.

ถ้าอาการปวดหัวและไข้ยังคงดำเนินต่อไป ต้องรีบไปที่โรงพยาบาล

두통과 발열 증상이 계속되면 신속히 병원으로 가셔야 합니다.

단어 เริ่ม 시작하다 | ไข้ 열이 나다

แดกเหี้ยอะไรของมึงเนี่ย

뭘 퍼먹는 거야?

🔍 'แดก'은 일반적인 '먹다', '마시다'의 의미보다 비격식적인 표현으로 '퍼먹다', '게걸스럽게 먹다'의 의미를 포함하여 대화하는 상대에 따라 유의하여 사용해야 합니다.

ฉันไม่อยากเห็นเขาแดกข้าว

나는 그가 밥 퍼먹는 것을 보고 싶지 않아.

ตอนที่ผมเรียนมหาวิทยาลัยผมมักจะแดกเหล้า

나는 대학에 다닐 때, 술을 자주 퍼마셨다.

> 단어 เหล้า 술

มึงเชื่อกูดิ กูเลิกกับแฟนบ่อย

내 말 믿어. 실연을 자주 해 봤으니까.

🔍 'บ่อย'는 '자주', '종종', '늘', '빈번히'라는 뜻의 시간부사로 뒤에 'ๆ'을 붙여 반복해서 자주 사용됩니다.

ผมขอโทษที่ไม่ได้ติดต่อเธอบ่อย ๆ

자주 연락하지 못해서 미안해.

การทานยาแก้ปวดบ่อยเกินไปอาจทำให้ผลประโยชน์ลดลงได้

진통제를 너무 자주 복용하면 효과가 감소할 수 있다.

> 단어 ติดต่อ 연락하다 | แก้ (병을) 치료하다 | ผลประโยชน์ 효과

★확인 테스트

오늘의 장면을 떠올리며 문제를 풀어 보세요.

1 보기에서 적절한 단어를 빈칸에 넣어 문장을 완성하세요.

보기: แดก ให้ รู้จัก

① เที่ยว ______________ สนุกนะครับผม
좋은 여행 되세요.

② เอ้าปาล์มมีคน ______________ มาไม่บอกพวกพี่อ่ะลูก
빰, 왜 친구가 탔다고 얘기 안 했어요?

③ มึงพอเลย ______________ เหี้ยอะไรของมึงเนี่ย
그만 마셔. 뭘 퍼먹는 거야?

2 괄호 안의 단어를 사용하여 다음 문장을 태국어로 써 보세요.

① 비행 하나 더 하고 바로 달려갈게.
______________________________ (บิน, มาหา)

② 빰, 맥주 좀 사서 얼려놔 줘.
______________________________ (เบียร์, แช่)

③ 내 말 믿어. 실연 전문이니까.
______________________________ (เชื่อ, บ่อย)

정답 확인

1 ① ให้ ② รู้จัก ③ แดก

2 ① เดี๋ยวกูบินอีกแลนด์นึง แล้วจะรีบกลับมาหา ② มึง ซื้อเบียร์มาแช่ฟรีซให้กูหน่อยดิ
③ มึงเชื่อกูดิ กูเลิกกับแฟนบ่อย

Review #21~#25 복습

★단어 기억하기

음원을 듣고 알맞은 태국어를 써 보세요. TRACK 25_06

❶ ______ ❷ ______

❸ ______ ❹ ______

❺ ______ ❻ ______

★표현 기억하기

주어진 단어를 알맞은 순서로 배열해 보세요.

❶ บอกว่า / ยังไม่ / กลับมา / ฟ้อน / พี่เท็ด

테드 아직 안 왔대.

______

❷ ทำผิดอะไร / ไม่รู้ / คือเค้าไป / กูต้อง / อย่างงั้นเหรอ

테드가 무슨 짓 하는지 난 몰라야 해?

______

❸ เหี้ย / มาตลอด / เลยเหรอวะ / นี่มึงอยู่ตรงนี้

세상에! 여태 안에만 있었어?

______

주어진 문장을 흐름에 따라 알맞은 순서로 배열해 보세요.

❶ (a) พี่เท็ดอาจจะดื่มหนักมากจนเมากลับโรงแรมไม่ไหว เค้าก็เลย

   (b) พอดีกับตอนที่เบอร์กูโทรไปอ่ะมึง เค้าก็เลยรับสาย แค่นี้อ่ะมึง

   (c) เค้าก็เลยหา Hostel เปิด Hostel นอนแถวนั้น ก็เลยไม่ได้รับสายมึงอ่ะ

   (d) แล้ว พี่เท็ดก็ ก็ ปวดเยี่ยวกลางดึก พี่เท็ดก็เลยลุกขึ้นมาเยี่ยว

   답 _____

❷ (a) จนกว่าเครื่องบินจอดเรียบร้อย และสัญญาณแจ้งรัดเข็มขัดดับ

   (b) เพื่อความปลอดภัย กรุณานั่งรัดเข็มขัดอยู่กับที่

   (c) เมื่อเปิดที่เก็บของเหนือศีรษะ

   (d) โปรดระมัดระวังสิ่งของที่อาจตกลงมาถูกตัวท่านหรือผู้อื่นได้

   답 _____

❸ (a) มึงดูสภาพกูไว้นะ เนี่ยแหละสภาพสาว ๆ เวลาโดนมึงเทอ่ะ

   (b) ไม่ กูจะนอนตรงนี้ กูจะแดกวนไปเรื่อย ๆ

   (c) ออกไปข้างนอกหน่อย มันช่วยได้นะเว้ย มึงเชื่อกูดิ กูเลิกกับแฟนบ่อย

   (d) ไป เที่ยวกัน

   답 _____

#26 내가 너만큼 걱정하는 사람은 없으니까.

오늘의 장면

깽의 기분을 풀어주기 위해 함께 끄라비 관광을 하는 빰
둘 사이에 묘한 기류가 흐른다.

★ 오늘의 핵심 표현

다음 문장을 큰 소리로 세 번씩 읽어 보세요.

TRACK 26_01

❶ **นี่กูไม่เคยเป็นห่วงมนุษย์คนไหนเท่ามึงล่ะ**
내가 너만큼 걱정하는 사람은 없으니까.

❷ **มึงพูดภาษาจีนเป็นด้วยเหรอ**
중국어도 할 줄 알아?

❸ **บอกพรคนอื่นมันจะไม่เป็นจริงนะ**
다른 사람에게 말하면 안 이루어져.

❹ **มึงเคยคิดป่ะ**
ถ้าพวกเราเป็นแฟนกันมันจะเป็นยังไงวะ
생각해 본 적 있어? 우리가 사귀는 사이라면 어땠을까?

★영화 속 바로 이 장면

오늘의 장면 속 핵심 문장을 학습해 봅시다.

핵심 장면 ①

TRACK 26_02

깅 **กูมาให้มึงชดใช้กรรมที่ทำไว้กับหญิงอ่ะ**
네 전 여자 친구들 복수해 주는 거다.

빰 **มาเลยครับ**
어디 해 봐.

นี่กูไม่เคยเป็นห่วงมนุษย์คนไหนเท่ามึงล่ะ
내가 너만큼 걱정하는 사람은 없으니까.

단어 ชดใช้ 갚다, 배상하다 | กรรม 업보

핵심 장면 ②

TRACK 26_03

깅 **มึงพูดภาษาจีนเป็นด้วยเหรอ**
중국어도 할 줄 알아?

ตะกี้ขอว่าอะไร ทำไมมีชื่อกูด้วย
방금 무슨 소원 빌었어? 내 이름 들리던데.

빰 **ขอให้อยู่ด้วยกันนาน ๆ**
영원히 함께 하자고.

깅 **โถ่ มึงท่องมาประโยคเดียวเหอะ ใช้มุขนี้จีบจริงอ่ะเดะ**
왜 이래. 그 문장만 알지? 여자 꼬실 때 쓰는 말이구나.

단어 ตะกี้ 방금, 지금 막 | ท่อง 외우다, 암기하다 | มุข 개그, 유머 | จีบ 찝쩍거리다

핵심 장면 ③

TRACK 26_04

빰 **แล้วมึงอ่ะขอว่าอะไร**
네 소원은 뭔데?

낑 **มึงไม่รู้เหรอ** บอกพรคนอื่นมันจะไม่เป็นจริงนะ
그거 몰라? 다른 사람에게 말하면 안 이루어져.

เป็นไงอ่ะ ขอให้อยู่ด้วยกันนาน ๆ ได้จริงสักคนป่ะ
어땠어? 영원히 함께하자는 소원 이뤄진 적 있어?

빰 **แล้วมึงเหลือบมองกูทำไม มึงแช่งกูเหรอ**
아까 나 왜 쳐다봤어? 저주 걸었어?

단어 **พร** 복, 축하, 축복 | **เหลือบ** 곁눈으로 보다, 흘겨보다 | **แช่ง** 저주하다

핵심 장면 ④

TRACK 26_05

낑 มึงเคยคิดป่ะ ถ้าพวกเราเป็นแฟนกันมันจะเป็นยังไงวะ
생각해 본 적 있어? 우리가 사귀는 사이라면 어땠을까?

빰 **ก็คงเป็นแบบวันนี้**
오늘 같겠지.

낑 **อะไรของมึง**
뭐래니?

빰 **เรามึงอ่ะคิดว่าไง**
넌 어땠을 거 같아?

★영화 속 핵심 문형

오늘의 장면 속 다양한 문형을 학습해 봅시다.

นี่กูไม่เคยเป็นห่วงมนุษย์คนไหนเท่ามึงล่ะ
내가 너만큼 걱정하는 사람은 없으니까.

'เท่า'는 '~만큼'이라는 뜻으로 비교를 나타내며, 'เท่าไร(얼마, 몇)', 'เท่ากัน(같다)' 등으로 활용이 가능합니다.

ไม่มีใครในโลกนี้รู้จักเขาดีเท่าเธอ
이 세상에 그녀만큼 그를 잘 아는 사람은 없다.

ฉันจะคืนให้คุณอย่างแน่นอนเท่าที่ฉันได้รับบาดเจ็บจากคุณ
당신에게 상처받은 만큼 반드시 되돌려줄 거야.

단어 โลก 세계, 지구 | แน่นอน 반드시

มึงพูดภาษาจีนเป็นด้วยเหรอ
중국어도 할 줄 알아?

'เป็น'은 '~이다'라는 뜻뿐만 아니라 동사 뒤에 위치하여 '~할 줄 안다'라는 가능의 뜻으로도 사용됩니다. 가능조동사 'สามารถ', 'ได้', 'ไหว'와의 차이점은 '(경험이나 수련 등을 통해 기술적으로) 가능하다'라는 의미가 내포되어 있습니다.

มีใครขับรถเป็นไหม
운전할 줄 아는 사람이 있습니까?

ผมต้องการเสื้อชูชีพเพราะผมว่ายน้ำไม่เป็นเลย
저는 수영을 전혀 할 줄 모르기 때문에 구명조끼가 필요합니다.

단어 ขับรถ 운전하다 | เสื้อชูชีพ 구명조끼 | ว่ายน้ำ 수영하다

บอกพรคนอื่นมันจะไม่เป็นจริงนะ

다른 사람에게 말하면 안 이루어져.

'อื่น'은 '다른', '기타', '~외에'라는 뜻으로 명사 뒤에 위치하여 해당 명사를 수식합니다.

ฉันจะปกป้องเขาแม้ว่าคนอื่นจะชี้นิ้วไปที่เขา

다른 사람들이 그를 손가락질해도 나는 그를 보호할 거예요.

พ่อของผมขายแอปเปิ้ล องุ่น ส้ม และอื่น ๆ ในตลาด

아버지는 시장에서 사과, 포도, 귤 등을 팔아요.

단어 ปกป้อง 보호하다 | ชี้นิ้ว 손가락질하다 | แอปเปิ้ล 사과 | องุ่น 포도 | ส้ม 귤

มึงเคยคิดป่ะ ถ้าพวกเราเป็นแฟนกันมันจะเป็นยังไงวะ

생각해 본 적 있어? 우리가 사귀는 사이라면 어땠을까?

'เคย'는 '~한 적이 있다', '~한 경험이 있다'라는 뜻으로 경험을 나타내는 조동사입니다. 'เคย'는 동사의 앞에 위치하며 부정 표현은 앞에 'ไม่'를 붙여서 사용합니다.

เธอเคยไปเที่ยวประเทศอังกฤษไหม

너 영국에 여행가 본 적 있어?

ผมไม่เคยเล่นสกีเลยสักครั้ง

나는 스키를 단 한 번도 타 본 적이 없어.

단어 ประเทศอังกฤษ 영국 | สกี 스키

오늘의 장면을 떠올리며 문제를 풀어 보세요.

1 보기에서 적절한 단어를 빈칸에 넣어 문장을 완성하세요.

보기 | ขอ ชดใช้ จริง

① **กูมาให้มึง ____________ กรรมที่ทำไว้กับหญิงอ่ะ**
네 전 여자 친구들 복수해 주는 거다.

② **แล้วมึงอ่ะ ____________ ว่าอะไร**
네 소원은 뭔데?

③ **บอกพรคนอื่นมันจะไม่เป็น ____________ นะ**
다른 사람에게 말하면 안 이루어져.

2 괄호 안의 단어를 사용하여 다음 문장을 태국어로 써 보세요.

① 방금 무슨 소원 빌었어? 내 이름 들리던데.
____ (ตะกี้, ทำไม)

② 아까 나 왜 쳐다봤어? 저주 걸었어?
____ (เหลือบ, แช่ง)

③ 우리가 사귀는 사이라면 어땠을까?
____ (แฟน, เป็นยังไง)

#27 어느 날 낑이 숲에서 오줌을 싼다네.

오늘의 장면

오토바이를 타고 가다 숲에서 원숭이를 만난 낑과 빰
깜짝 놀란 낑은 오토바이에서 도망친다.

★ 오늘의 핵심 표현

다음 문장을 큰 소리로 세 번씩 읽어 보세요. TRACK 27_01

❶ กูเสียวจนฉี่จะแตกอยู่แล้ว
오줌 쌀 뻔했잖아.

❷ วันหนึ่งกิ๊งเยี่ยวในป่า
어느 날 낑이 숲에서 오줌을 싼다네.

❸ เดี๋ยวกูเอากางเกงในตัวเองเช็ดเอา
속옷으로 닦아야겠다.

❹ หมอบอกว่าไม่อยากให้เดินเยอะ
의사가 많이 걷지 말래.

★영화 속 바로 이 장면

오늘의 장면 속 핵심 문장을 학습해 봅시다.

 # 핵심 장면 ① TRACK 27_02

깽 กูเสียวจนฉี่จะแตกอยู่แล้ว
오줌 쌀 뻔했잖아.

พาไปห้องน้ำเดี๋ยวนี้เลยมึง
당장 화장실 찾아!

빰 **มึงทนไหวไหมวะ อีกนิดเดียวเข้าเมืองแล้วนะเว้ย**
참을 수 있어? 시내에 거의 다 왔어.

깽 **ทนไม่ได้เว้ย**
못 참아!

단어 เสียว 아찔하다, 오싹하다 | แตก 터지다, 폭발하다

 # 핵심 장면 ② TRACK 27_03

빰 วันหนึ่งกิ๊งเยี่ยวในป่า
어느 날 낑이 숲에서 오줌을 싼다네.

กิ๊งเจอลิงน้อยตัวหนึ่ง
낑이 작은 원숭이를 만났네.

깽 **ขี้มาว่ะ**
똥 나와.

빰 **เชี่ย หูรูดมึงไม่ดีเหรอวะ**
맙소사! 장에 문제라도 있어?

단어 ขี้ 똥, 대변 | หูรูด 괄약근

 # 핵심 장면 ③

TRACK 27_04

깽 **มึงมีทิชชู่ป่ะ**

휴지 있니?

โสโครกมึง เดี๋ยวกูเอากางเกงในตัวเองเช็ดเอา

더러워. 속옷으로 닦아야겠다.

빰 **จะบ้าเหรอ เดี๋ยวมึงก็โป๊หรอก**

장난해? 미쳤구나.

깽 **เดี๋ยวกูเอาใบไม้เช็ด**

나뭇잎으로 닦을래.

단어 เช็ด 닦다, 문지르다 | กางเกงใน 속옷 | ใบไม้ 나뭇잎

 # 핵심 장면 ④

TRACK 27_05

깽 **ค่ะ พี่เท็ด กิ๊งคงยังไม่กลับไปทำงานน่ะค่ะ**

안녕, 테드. 아직은 일하러 못 가.

หมอบอกว่าไม่อยากให้เดินเยอะ

의사가 많이 걷지 말래.

แล้วนี่มิกซ์เพลงเสร็จแล้วเหรอคะ

노래 녹음은 끝났어?

ได้ค่ะ ส่งให้กิ๊งฟังเลยก็ได้ โอเค คิดถึงเหมือนกันค่ะ บาย

그래. 보내주면 들어볼게. 알았어. 나도 보고 싶어. 안녕.

단어 มิกซ์ 믹스(mix)

★영화 속 핵심 문형

오늘의 장면 속 다양한 문형을 학습해 봅시다.

กูเสียวจนฉี่จะแตกอยู่แล้ว

오줌 쌀 뻔했잖아.

'จน'은 관계부사로 '~할 정도로', '~에 이를 때까지'라는 뜻입니다. 주로 'A + จน + B'로 쓰여 'B에 이를 정도로 A하다'라는 의미를 나타냅니다.

พริกไทยเผ็ดจนน้ำตาไหล

태국 고추는 눈물이 날 정도로 맵다.

ฉันหัวเราะจนท้องแข็งกับมุขตลกของเขา

나는 그의 농담에 배가 아플 정도로 웃었다.

단어 พริก 고추 | น้ำตา 눈물 | ไหล 흐르다 | มุขตลก 농담

วันหนึ่งกิ๊งเยี่ยวในป่า

어느 날 낑이 숲에서 오줌을 싼다네.

'วันหนึ่ง'은 특정한 날짜가 아닌 불특정한 '어느 날', '언젠가', '하루'라는 뜻입니다.

วันหนึ่งในเดือนตุลาคมเขาหายตัวอย่างกะทันหัน

10월의 어느 날 그가 돌연 사라져 버렸다.

ถ้าผมพยายามอย่างหนักเหมือนตอนนี้ สักวันหนึ่งผมก็จะรวยได้ซี

지금처럼 열심히 노력한다면 나도 언젠가는 부자가 될 수 있을 거야!

단어 กะทันหัน 돌연, 즉각, 갑자기 | พยายาม 노력하다

เดี๋ยวกูเอากางเกงในตัวเองเช็ดเอา

속옷으로 닦아야겠다.

🔍 'เช็ด'은 '닦다', '문지르다', '훔치다'라는 뜻으로 무언가를 문질러서 닦는 행위를 나타내는 동사입니다.

ใช้อันนี้เช็ดเหงื่อก่อนนะคะ

이걸로 우선 땀부터 닦으세요.

วันเสาร์นี้เราจะเช็ดทุกหน้าต่างในบ้าน

나는 이번 주 토요일에 집 안의 모든 창문을 닦을 거야.

단어 เหงื่อ 땀

หมอบอกว่าไม่อยากให้เดินเยอะ

의사가 많이 걷지 말래.

🔍 이 문장에서 'ให้'는 '~하게 하다', '시키다'라는 뜻으로 사역이나 허락의 의미를 내포하고 있습니다. 본문과 같이 부정형을 만들기 위해서는 'ให้' 앞에 'ไม่'를 붙이면 됩니다.

ครูให้เขาทำความสะอาดห้องเรียนทุกเช้า

선생님께서 그에게 매일 아침 교실을 청소하도록 시키셨어.

พ่อแม่ของฉันไม่ให้ฉันแต่งงานกับผู้ชายคนนั้น

부모님께서는 내가 그 남자와 결혼하는 것을 허락하지 않으셨다.

★확인 테스트

오늘의 장면을 떠올리며 문제를 풀어 보세요.

1 보기에서 적절한 단어를 빈칸에 넣어 문장을 완성하세요.

보기	กางเกงใน มะกี้ เมือง

① ________ มึงนึกว่าลิงเป็นกูเหรอ
방금 원숭이가 나인 줄 알았어?

② มึงทนไหวไหมวะ อีกนิดเดียวเข้า ________ แล้วนะเว้ย
참을 수 있어? 시내에 거의 다 왔어.

③ เดี๋ยวกูเอา ________ ตัวเองเช็ดเอา
속옷으로 닦아야겠다.

2 괄호 안의 단어를 사용하여 다음 문장을 태국어로 써 보세요.

① 당장 화장실 찾아!
________________ (พาไป, เดี๋ยวนี้)

② 어느 날 낑이 숲에서 오줌을 싼다네.
________________ (เยี่ยว, ตัว)

③ 의사가 많이 걷지 말래.
________________ (บอก, ให้)

정답 확인

1 ① มะกี้ ② เมือง ③ กางเกงใน
2 ① พาไปห้องน้ำเดี๋ยวนี้เลยมึง ② วันหนึ่งกิ๊งเยี่ยวในป่า กิ๊งเจอลิงน้อยตัวหนึ่ง
③ หมอบอกว่าไม่อยากให้เดินเยอะ

#28 한 번쯤은 제대로 된 남자 만나면 어디가 덧나나요.

오늘의 장면

테드가 선물한 시계를 바다에 던진 낑
낑은 빰에게 함께 술을 마시자고 한다.

★ 오늘의 핵심 표현

다음 문장을 큰 소리로 세 번씩 읽어 보세요. TRACK 28_01

❶ **ตอนนี้กูแม่งโคตรเกลียดเลย**
근데 지금은 너무 싫어. ☑☐☐

❷ **มึงช่วยหาผัวให้มันดี ๆ สักที**
한 번쯤은 제대로 된 남자 만나면 어디가 덧나나요. ☐☐☐

❸ **เอามั่งไม่เอามั่ง**
확실히 결정해요. ☐☐☐

❹ **เออ โอ้ยเหี้ย แปปนึงมึง กางเกงกูมันติด**
어… 젠장, 기다려. 바지가 안 벗겨져. ☐☐☐

★영화 속 바로 이 장면

오늘의 장면 속 핵심 문장을 학습해 봅시다.

 # 핵심 장면 ① TRACK 28_02

깽 **อ่ะ ๆๆ ฟัง เพลงจีน ชอบพูดไม่ใช่เหรอ ภาษาจีน**
이거 들어 봐. 중국어 버전이야. 너 중국어 좋아하잖아.

뺌 **ฟังกูเปล่าวะเนี่ย**
내 말은 듣나 몰라.

깽 **กูเคยชอบเพลงนี้มากเลยอ่ะ เพลงมันสนุก**
나 이 노래 좋아했어. 재밌는 노래지.

ตอนนี้กูแม่งโคตรเกลียดเลย
근데 지금은 너무 싫어.

단어 **เกลียด** 싫어하다, 미워하다, 혐오하다

 # 핵심 장면 ② TRACK 28_03

노래 가사 ***มึงชอบขี้ในป่าใช่ไหม ใช่ไหม***
숲에서 똥 싸는 거 좋아요? 좋아요?

โดดเกาะป้ายมึงเป็น เฉินหลง รึไง ตกลงมาเป็นอีเป๋เหมือนเดิม
성룡처럼 전광판에도 매달리네요. 그러다 떨어지면 또 사고뭉치 돼요.

ไม่อยากเห็นมึงเป็นบ้าอย่างนี้ อย่างนี้
이런 미친 모습 보고 싶지 않아요.

มึงช่วยหาผัวให้มันดี ๆ สักที
한 번쯤은 제대로 된 남자 만나면 어디가 덧나나요.

단어 **โดด** 뛰어오르다 | **เฉินหลง** 성룡 | **บ้า** 미치다

핵심 장면 ❸

TRACK 28_04

점원 **ร้อยนึง ร้อยเก้าสิบ จะเอาไม่เอาร้อยเก้าสิบ**

100밧요. 190밧! 살 거예요, 말 거예요?

빰 **เอาครับ**

살게요.

점원 **เรื่องมาก**

까다롭네.

เอามั่งไม่เอามั่ง

확실히 결정해요.

핵심 장면 ❹

TRACK 28_05

빰 **กูซื้อขนมมา**

간식 사왔어.

낑 **เออ มาดิ กูอยากทำมานานละ สปาเบียร์**

그래, 들어와. 늘 해보고 싶었어. 맥주 목욕.

มึง ลงมาแช่ด้วยกันดิ เร็ว

너도 들어오지 그래? 들어와.

빰 เออ โอ้ยเหี้ย แปปนึงมึง กางเกงกูมันติด

어… 젠장, 기다려. 바지가 안 벗겨져.

단어 สปา 목욕, 스파

28 한 번쯤은 제대로 된 남자 만나면 어디가 덧나나요. | 185

★영화 속 핵심 문형

오늘의 장면 속 다양한 문형을 학습해 봅시다.

ตอนนี้กูแม่งโคตรเกลียดเลย
근데 지금은 너무 싫어.

‘เกลียด’은 ‘싫어하다’, ‘미워하다’, ‘혐오하다’라는 뜻입니다. ‘싫어하다’라는 의미를 가진 ‘ไม่ชอบ’보다 심한 정도를 나타낼 때 사용됩니다.

ฉันเกลียดแมลงทุกตัวที่มีขาเยอะ
나는 다리 많은 모든 곤충을 싫어한다.

หนังเรื่องนี้มีฉากที่น่าเกลียดมากมายซึ่งไม่เหมาะสมสำหรับวัยรุ่นที่จะดู
이 영화는 혐오스러운 장면이 많아서 청소년이 관람하기에 부적절하다.

단어 แมลง 곤충 | ฉาก 장면 | เหมาะสม 적합하다 | วัยรุ่น 청소년

มึงช่วยหาผัวให้มันดี ๆ สักที
한 번쯤은 제대로 된 남자 만나면 어디가 덧나나요.

‘สักที’는 ‘한 번’, ‘한 번만’, ‘한 번에’라는 뜻이지만 한 번, 두 번 무언가를 셀 때 사용하는 것이 아닌 ‘~정도’라는 뜻을 내포하여 ‘한 번쯤’, ‘단 한 번도’라는 의미를 나타낼 때 사용됩니다.

ในชีวิตผมยังไม่เคยเจอเหตุการณ์อย่างนี้สักที
내 인생에서 이런 일은 한 번도 겪어본 적이 없다.

ถ้าคุณให้โอกาสผมสักที ผมจะพยายามอย่างเต็มที่
한 번만 기회를 주신다면 최선을 다하겠습니다.

단어 เหตุการณ์ 일, 사건 | โอกาส 기회 | เต็มที่ 최선, 전력을 다하다

เอามั่งไม่เอามั่ง

살 거예요, 말 거예요?

'มั่ง'은 일상생활에서 자주 쓰는 어조사로, 격식 없는 사이에서 '좀', '약간'과 같이 가볍게 말할 때 쓰입니다. 문장 속에서 그대로 해석하지 않아도 '얼마 정도', '약간의 정도'라는 어감을 살려 줍니다.

วันนี้เธอเป็นยังไงมั่ง

오늘 하루는 좀 어땠어?

ช่วงนี้ดีมั่งไม่ดีมั่งนะ

요즘 좋았다 안 좋았다 하지.

เออ โอ้ยเหี้ย แปปนึงมึง กางเกงกูมันติด

어… 젠장, 기다려. 바지가 안 벗겨져.

'ติด'은 기본적으로 '붙다'라는 뜻입니다. 참고로 여기서 파생되어 '지니다', '연달아'라는 의미를 나타내기도 합니다.

รถติดมากเลยน่าจะสายประมาณ 5 นาที

차가 너무 막혀서 5분 정도 늦을 것 같아.

คุณควรพกหนังสือเดินทางติดตัวเสมอในระหว่างการเดินทาง

여행 중에는 항상 여권을 소지해야 한다.

단어 รถติด 교통체증 | ประมาณ ~정도, 대략 | พก 휴대하다, 주머니에 넣다 | หนังสือเดินทาง 여권

★확인 테스트

오늘의 장면을 떠올리며 문제를 풀어 보세요.

1 보기에서 적절한 단어를 빈칸에 넣어 문장을 완성하세요.

보기	มั่ง เคย เกาะ

① กู ________ ชอบเพลงนี้มากเลยอ่ะ
나 이 노래 좋아했어.

② โดด ________ ป้ายมึงเป็นเฉินหลงรึไง
성룡처럼 전광판에도 매달리네요.

③ เอา ________ ไม่เอา ________
살 거예요, 말 거예요?

2 괄호 안의 단어를 사용하여 다음 문장을 태국어로 써 보세요.

① 근데 지금은 너무 싫어.
________________________ (แม่ง, เกลียด)

② 이런 미친 모습 보고 싶지 않아요.
________________________ (เห็น, บ้า)

③ 늘 해보고 싶었어. 맥주 목욕.
________________________ (มานาน, สปา)

정답 확인

1 ① เคย ② เกาะ ③ มั่ง
2 ① ตอนนี้กูแม่งโคตรเกลียดเลย ② ไม่อยากเห็นมึงเป็นบ้าอย่างนี้
③ กูอยากทำมานานละ สปาเบียร์

#29 넌 정말 어리석어.

오늘의 장면

함께 맥주 목욕을 하는 낑과 빰
낑이 빰에게 입을 맞추려고 한다.

★ 오늘의 핵심 표현

다음 문장을 큰 소리로 세 번씩 읽어 보세요. TRACK 29_01

❶ **ไหนว่าชวนกูมาแดกเบียร์ จะให้กูซดในนี้อ่ะ** ☑☐☐
맥주 마시자며. 욕조에 있는 거 마셔?

❷ **มึงรู้เปล่า เบียร์บำรุงผมด้วยนะ ล้างสารเคมีด้วย** ☐☐☐
맥주가 머릿결에 좋은 거 알아? 화학 성분도 없애준대.

❸ **ค่อย ๆ เป็นค่อย ๆ ไปเนอะ** ☐☐☐
천천히 하자.

❹ **เพราะมึงงี่เง่าแบบนี้ไง** ☐☐☐
넌 정말 어리석어.

★영화 속 바로 이 장면

오늘의 장면 속 핵심 문장을 학습해 봅시다.

 # 핵심 장면 ❶❷

TRACK 29_02

빰 **ไหนว่าชวนกูมาแดกเบียร์ จะให้กูซดในนี้อ่ะ**
맥주 마시자며. 욕조에 있는 거 마셔?

낑 **มึงรู้เปล่า เบียร์บำรุงผมด้วยนะ ล้างสารเคมีด้วย**
맥주가 머릿결에 좋은 거 알아? 화학 성분도 없애준대.

มึงอ่ะเซตผมบ่อย หันหลังมาดิ กูทำให้
너 머리 신경 많이 쓰잖아. 뒤로 돌아. 내가 해줄게.

พิงมาเลย พิงขากู เออ
뒤로 누워서 내 다리에 기대.

빰 **ถนัดไหม**
이러면 돼?

낑 **ชอบไหม**
기분 좋아?

빰 **มึงเมาเปล่าวะ**
너 취했어?

낑 **ไม่ได้เมา**
아니.

단어 ซด (후루룩) 마시다 | **บำรุง** 보호하다, 보강하다 | **สารเคมี** 화학 성분, 화학 물질 | **หัน** 향하다, 들다 | **พิง** 기대다, 깁다, 의지하다 | **ถนัด** 정확하다, 능숙하다

핵심 장면 ③

TRACK 29_03

빰 **ไม่เป็นไรนะเว้ย คือ กูเข้าใจ**

괜찮아. 이해해.

เป็นเพื่อนกันมานาน เรื่องแบบนี้มันต้องใช้เวลาเว้ย

우린 늘 친구였으니 이런 건 시간이 걸리겠지.

ค่อย ๆ เป็นค่อย ๆ ไปเนอะ

천천히 하자.

단어 **ค่อย** 천천히, 조금씩

핵심 장면 ④

TRACK 29_04

빰 **ไม่ต้องเพื่อนกันละ จะเอาแบบนี้ใช่ไหม**

그럼 친구 그만하자! 이걸 원해?

낑 **มึงอย่ามาประชดกูนะอีปาล์ม**

비꼬지 마!

빰 **เพราะมึงงี่เง่าแบบนี้ไง กูเป็นพี่เท็ด กูก็มีคนอื่นวะ**

넌 정말 어리석어. 나라도 바람피웠겠다.

มึงรู้ว่ากูรักมึง มึงเลยจะทำอะไรก็ได้ใช่ไหม

넌 내 마음 알아. 그래서 이렇게 제멋대로인 거잖아.

단어 **ประชด** 비꼬다 | **งี่เง่า** 어리석다, 무지하다

★ 영화 속 핵심 문형

오늘의 장면 속 다양한 문형을 학습해 봅시다.

ไหนว่าชวนกูมาแดกเบียร์ จะให้กูซดในนี้อ่ะ
맥주 마시자며. 욕조에 있는 거 마셔?

'ชวน'은 '권하다', '권유하다', '유혹하다'라는 뜻입니다. 'เชิญ'과 의미가 비슷하지만 'ชวน'은 '꾀다', '마음을 끌다'의 의미가 내포되어 있습니다.

ขอบคุณที่ชวนแต่วันนั้นตารางงานแน่นมาก
초대해 주셔서 감사하지만, 그날 스케줄이 꽉 찼습니다.

ทุกครั้งที่เขาดื่มเหล้า เขาชวนทะเลาะกับคนที่ผ่านไปมา
그는 술만 마시면 지나가는 사람에게 싸움을 건다.

단어 ตารางงาน 스케줄 | แน่น 가득차다

มึงรู้เปล่า เบียร์บำรุงผมด้วยนะ ล้างสารเคมีด้วย
맥주가 머릿결에 좋은 거 알아? 화학 성분도 없애준대.

'ด้วย'가 한 문장에서 두 번 쓰였을 때 'A하기도 하고 B하기도 하다'로 해석됩니다. 일상에서 상당히 자주 쓰이는 표현이니 꼭 기억하세요.

ผลิตภัณฑ์นี้เบาและมีประสิทธิภาพสูงมากด้วย
이 제품은 가볍고 성능도 매우 좋다.

การสอนหนังสือของครูจูให้ความรู้ด้วยสนุกด้วย
쭈 선생님의 수업은 유익하기도 하고 재미있기도 하다.

단어 ผลิตภัณฑ์ 제품, 생산품 | ประสิทธิภาพ 성능 | ความรู้ 지식, 학식

ค่อย ๆ เป็นค่อย ๆ ไปเนอะ

천천히 하자.

'ค่อย'는 주로 뒤에 'ๆ'을 붙여 자주 사용되며 '조금씩', '점점', '슬슬', '살짝'이라는 뜻으로 'เคย(~에 익숙하다)'와 잘 구분하여 사용해야 합니다.

แฟนเก่าจะค่อย ๆ ลืมเลือนไปนะ

전 남자 친구는 점점 잊혀서 사라져갈 거야.

อุณหภูมิของโลกค่อย ๆ สูงขึ้น

지구의 온도가 점차 상승하고 있다.

단어 เลือน 점점 잊혀 가다 | อุณหภูมิ 온도

เพราะมึงงี่เง่าแบบนี้ไง

넌 정말 어리석어.

'ไง'는 '어떻게', '어때', '어째'라는 뜻으로 의문사 'อย่างไร'의 줄임 표현입니다. 본문처럼 'ไง'가 어조사로 사용될 때는 당연히 그러함을 나타내는 '~잖아'라는 의미를 가지게 됩니다.

ฉันควรทำไงดี

내가 어떻게 하는 게 좋을까?

เมื่อกี้เธอพูดแบบนั้นไง

네가 아까 그렇게 말했잖아.

★확인 테스트

오늘의 장면을 떠올리며 문제를 풀어 보세요.

1 보기에서 적절한 단어를 빈칸에 넣어 문장을 완성하세요.

보기
บำรุง พิง หัน

① มึงรู้เปล่าเบียร์ ________ ผมด้วยนะ ถ้างสารเคมีด้วย
맥주가 머릿결에 좋은 거 알아? 화학 성분도 없애준대.

② ________ หลังมาดิ กูทำให้
뒤로 돌아. 내가 해줄게.

③ ________ มาเลย ________ มากู
뒤로 누워서 내 다리에 기대.

2 괄호 안의 단어를 사용하여 다음 문장을 태국어로 써 보세요.

① 맥주 마시자며.
________________ (ไหน, แดก)

② 이런 건 시간이 걸리겠지.
________________ (เรื่อง, ต้อง)

③ 비꼬지 마!
________________ (อย่า, ประชด)

정답 확인

1 ① บำรุง ② หัน ③ พิง
2 ① ไหนว่าชวนกูมาแดกเบียร์ ② เรื่องแบบนี้มันต้องใช้เวลาเว้ย ③ มึงอย่ามาประชดกูนะอีปาล์ม

30 누가 마음에 없대? 테드랑 헤어질게.

오늘의 장면

테드와 헤어지고 빰에게 오겠다는 낑
과연 낑은 테드와 헤어질 수 있을까?

★ 오늘의 핵심 표현

다음 문장을 큰 소리로 세 번씩 읽어 보세요.

TRACK 30_01

❶ ใครบอกว่ากูไม่รู้สึก เดี๋ยวกูจะไปเลิกกับพี่เท็ด
누가 마음에 없대? 테드랑 헤어질게. ☑ ☐ ☐

❷ หลังมึงเคลียร์กับพี่เท็ดเสร็จ เจอกันที่ชเวดากองไหม
테드랑 끝내고 나면 쉐다곤으로 와. ☐ ☐ ☐

❸ ลืมนาฬิกาไว้บ้านเหรอ
시계 집에 놓고 왔어? ☐ ☐ ☐

❹ ที่ฮ่องกงกิ๊งแอบตามพี่เท็ดไปนะ
홍콩에서 다 봤어! ☐ ☐ ☐

★영화 속 바로 이 장면

오늘의 장면 속 핵심 문장을 학습해 봅시다.

핵심 장면 ❶❷

TRACK 30_02

빰 **เวลามึงทำอะไร มึงก็คิดเยอะ ๆ หน่อยดิวะ**
생각 좀 하고 행동해.

คือถ้ามึงไม่รู้สึกจริง มึงอย่าทำแบบนี้ได้ไหม
마음에 없는 짓 하지 말고.

낑 **ใครบอกว่ากูไม่รู้สึก เดี๋ยวกูจะไปเลิกกับพี่เท็ด**
누가 마음에 없대? 테드랑 헤어질게.

빰 **หลังมึงเคลียร์กับพี่เท็ดเสร็จ เจอกันที่ชเวดากองไหม**
테드랑 끝내고 나면 쉐다곤에서 만날래?

핵심 장면 ❸

TRACK 30_03

테드 **เป็นอะไร**
왜 그래?

낑 **ไม่ได้เป็นอะไร จริง ๆ**
아무것도 아니야. 진짜야.

테드 **ลืมนาฬิกาไว้บ้านเหรอ**
시계 집에 놓고 왔어?

낑 **เออใช่ลืม โทษที**
깜빡했어, 미안해.

단어 นาฬิกา 시계

핵심 장면 ④

TRACK 30_04

낑 **ใคร**

누구야!

테드 **ใครอะไรคะกิ๊ง**

누구냐니?

낑 **ที่ฮ่องกงกิ๊งแอบตามพี่เท็ดไปนะ**

홍콩에서 다 봤어!

พี่เท็ดขึ้นแท๊กซี่ไปกับใคร

택시에 있던 여자 누구야!

ตอบมาดิพี่เท็ด นักร้องเหรอ ผู้จัดการ ล่าม

대답해! 가수야, 매니저야? 통역이야?

จาก Tinder ใครวะ

데이팅 앱에서 만났니? 누구냐고!

단어 แอบ 몰래하다, 잠복하다 | ล่าม 통역, 통역가

★영화 속 핵심 문형

오늘의 장면 속 다양한 문형을 학습해 봅시다.

ใครบอกว่ากูไม่รู้สึก เดี๋ยวกูจะไปเลิกกับพี่เท็ด

누가 마음에 없대? 테드랑 헤어질게.

'เลิก'은 '(관계를) 끊다', '끝나다', '폐지하다'라는 뜻입니다. 본문과 같이 '인연을 끊다', 즉 '헤어지다'라는 의미로도 쓸 수 있습니다. 참고로 비슷한 뜻을 가진 'เสร็จ'과 'จบ'은 주로 활동, 스토리 등이 끝이 나는 경우에 사용한다는 차이점이 있습니다.

เขาเลิกกินยานอนหลับที่เขากินมานานแล้ว

그는 오랫동안 복용해온 수면제를 끊었다.

โครงการนั้นถูกยกเลิกเนื่องจากมีการโต้เถียงกันมากมาย

그 프로그램은 많은 논란으로 인해 폐지되었다.

단어 ยานอนหลับ 수면제 | โครงการ 계획, 기획 | การโต้เถียง 논란, 반발, 분쟁

หลังมึงเคลียร์กับพี่เท็ดเสร็จ เจอกันที่ชเวดากองไหม

테드랑 끝내고 나면 쉐다곤에서 만날래?

'หลัง'은 기본적으로 '(위치상의) 뒤'라는 의미를 나타냅니다. 따라서 시간과 관련하여 쓰이는 경우에도 마찬가지로 '~후에', '~뒤에'라는 뜻을 나타낸다는 점을 기억해 두세요.

พรุ่งนี้หลังเลิกเรียนเธอจะทำอะไร

내일 수업 끝나고 뭐 할 거야?

เด็กพูดน้อยลงหลังจากเกิดอุบัติเหตุ

아이는 사고 이후로 말이 줄어들었다.

단어 น้อยลง 줄어들다

ลืมนาฬิกาไว้บ้านเหรอ

시계 집에 놓고 왔어?

🔍 'ไว้'는 '~해 두다', '방치하다', '유지하다'라는 뜻으로 '~해 두다'의 뜻으로 사용되었을 때 완료의 의미를 내포하고 있어 시제 표현 또한 가능합니다.

ลูก ดูเหมือนว่าฝนจะตกในช่วงบ่าย พับผ้าไว้สินะ

얘야! 오후에 비가 올 것 같은데, 빨래 걷어놔라.

เพื่อความปลอดภัย เราต้องตรวจสอบอุปกรณ์ไว้ล่วงหน้า

안전을 위해서 우리는 장비를 미리 점검해 두어야 한다.

> **단어** ดูเหมือน 마치 ~할 것 같다 | พับ 걷다, 접다 | ตรวจสอบ 점검하다 | อุปกรณ์ 장비

ที่ฮ่องกงกิ๊งแอบตามพี่เท็ดไปนะ

홍콩에서 다 봤어!

🔍 'ที่'가 장소를 나타내는 전치사로 사용될 때는 '~에', '~에서'라는 의미를 가지며 문장 내에서 생략 가능합니다.

ฉันอยากทำงานที่ประเทศไทย

나는 태국에서 일하고 싶어요.

ผมกำลังเดินเล่นอยู่ที่สวนสาธารณะหน้าบ้าน

나는 집 앞 공원에서 산책하는 중이에요.

> **단어** เดินเล่น 산책하다 | สวนสาธารณะ 공원

★확인 테스트

오늘의 장면을 떠올리며 문제를 풀어 보세요.

1 보기에서 적절한 단어를 빈칸에 넣어 문장을 완성하세요.

보기 แค่ คิด เลิก

① เวลามึงทำอะไรมึงก็ ____________ เยอะ ๆ หน่อยดิวะ
생각 좀 하고 행동해.

② ใครบอกว่ากูไม่รู้สึก เดี๋ยวกูจะไป ____________ กับพี่เท็ด
누가 마음에 없대? 테드랑 헤어질게.

③ ที่ไหนก็ได้ ขอ ____________ อยู่กับมึงอ่ะ
어디라도 좋아. 너만 있으면.

2 괄호 안의 단어를 사용하여 다음 문장을 태국어로 써 보세요.

① 테드랑 끝내고 나면 쉐다곤에서 만날래?
____________________________ (เคลียร์, เจอกัน)

② 시계 놓고 왔어?
____________________________ (ลืม, ไว้)

③ 대답해! 가수야, 매니저야? 통역이야? 누구냐고!
____________________________ (ตอบมา, ผู้จัดการ)

정답 확인

1 ① คิด ② เลิก ③ แค่
2 ① หลังมึงเคลียร์กับพี่เท็ดเสร็จ เจอกันที่ชเวดากองไหม ② ลืมนาฬิกาไว้บ้านเหรอ
③ ตอบมาดิพี่เท็ด นักร้องเหรอ ผู้จัดการ ล่าม ใครวะ

Review #26~#30 복습

★단어 기억하기

음원을 듣고 알맞은 태국어를 써 보세요. TRACK 30_05

① ______ ② ______

③ ______ ④ ______

⑤ ______ ⑥ ______

★표현 기억하기

주어진 단어를 알맞은 순서로 배열해 보세요.

① พอ / มึงจะพากู / กูสวยล่ะ / ไปไหนนะ

돼어, 안 그래도 예뻐. 어디 갈까?

______

② กิ๊งคงยัง / ทำงานน่ะค่ะ / ไม่กลับไป

아직은 일하러 못 가.

______

③ กูแค่ / อารมณ์ดี / อยากให้มึง / เปล่าวะ

기분 풀어주려고 했지.

______

주어진 문장을 흐름에 따라 알맞은 순서로 배열해 보세요.

❶ (a) กูก็สงสารสาว ๆ ที่ต้องเป็นเหยื่อมึงไง ไปต่อ

(b) กูขอให้มึงเลิกเป็นเสือไง นี่ไงบอกพรมึงละ ไม่เป็นจริงเลย

(c) แล้วมึงเหลือบมองกูทำไม มึงแช่งกูเหรอ

(d) แล้วทำไมมึงถึงอยากให้กูเลิกเป็นเสือ

답 ____________

❷ (a) นี่กูอยากลุกขึ้นฉิบหายเลย แต่มึงรู้ป่ะเนี่ย ทำไมกูลุกไม่ได้

(b) มึงไม่ต้องมาพูดเลย คนอย่างมึงถ้ากูให้ปล้ำ มีเหรอมึงจะไม่เอา

(c) ทำไม

(d) ก็จู๋กูโด่อยู่ไง เหี้ย ถ้ามึงไม่ใช่เพื่อนกูนะ กูจับมึงปล้ำไปนานละ

답 ____________

❸ (a) ใครบอกว่ากูไม่รู้สึก เดี๋ยวกูจะไปเลิกกับพี่เท็ด

(b) ปาล์ม มึง ปาล์ม กูขอโทษ กูพาลเองอะ

(c) เวลามึงทำอะไร มึงก็คิดเยอะ ๆ หน่อยดิวะ คือถ้ามึงไม่รู้สึกจริง มึงอย่าทำแบบนี้ได้ไหม

(d) ถ้าไม่เลิกกูจูบเลยนะ

답 ____________

#31 처음에는 그저 밥이나 먹을 생각이었어.

오늘의 장면

깽에게 바람피운 사실을 솔직하게 말한 테드
그 후 낑은 빰을 만나러 쉐다곤으로 간다.

★ 오늘의 핵심 표현

다음 문장을 큰 소리로 세 번씩 읽어 보세요. TRACK 31_01

❶ พอดีเป้มันบินมาเที่ยว ☑☐☐
마침 걔가 놀러 왔었어.

❷ ก็กะแค่ว่าจะ ออกไปเที่ยวด้วยกันเฉย ๆ ☐☐☐
처음에는 그저 밥이나 먹을 생각이었어.

❸ แล้วพี่เท็ดก็ กลับห้องไม่ไหว เลยนอน Hostel แถวนั้น แก้ตัวไม่เป็นเหรอ ☐☐☐
너무 취해서 호스텔로 갔다고 변명도 못해?

❹ หม่องกิ๊ง เป็นผู้หญิงเรียกหม่องเปล่าวะ ☐☐☐
몽 낑. 여자한테도 몽이라고 해?

★영화 속 바로 이 장면

오늘의 장면 속 핵심 문장을 학습해 봅시다.

핵심 장면 ①

TRACK 31_02

테드 ปูเป้ที่เป็นนิวจิ๋วกับกิ๊งไง พอดีเป้มันบินมาเที่ยว
너랑 듀엣곡 불렀던 가수. 마침 걔가 놀러 왔었어.

ก็เลยออกไปกินข้าวกัน แล้ว
같이 저녁 먹었지. 그런 다음….

낑 แล้วทำไมตอนแรกบอกกิ๊งว่าจะกลับโรงแรมแล้วไม่กลับ
호텔로 간다고 말해놓고 안 갔잖아.

핵심 장면 ②

TRACK 31_03

테드 คือพี่กับปูเป้เคยชอบ ๆ กันตอนมหาลัย
뽀우뻬랑은 대학 때 서로 좋아했어.

แล้วพอได้กลับมาเล่นดนตรีด้วยกันที่งานแต่งงานวันนั้น
결혼식에서 함께 연주한 이후에…

ก็คุยมาเรื่อย
계속 연락했어.

แล้ว ที่ที่กิ๊งไม่ได้มาอัดเสียงกับพี่ ปูเป้เค้าก็บินมาหา
그리고… 네가 녹음실에 안 온 날 뽀우뻬가 날 보러 왔어.

ก็กะแค่ว่าจะ ออกไปเที่ยวด้วยกันเฉย ๆ
처음에는 그저 밥이나 먹을 생각이었어.

단어 ดนตรี 음악 | กะ 예상하다, 짐작하다 | เฉย ๆ 그저, 그냥, 특별히 하는 것 없이

 # 핵심 장면 ③ ▶| TRACK 31_04

깽 **ทำไมพี่เท็ดถึงไม่บอกกิ๊งว่า**

왜 말 못해?

กินข้าวเสร็จก็แยกย้าย แล้ว

저녁 먹고 바로 헤어졌다고, 또…

แล้วพี่เท็ดก็กลับห้องไม่ไหว เลยนอน Hostel แถวนั้น

너무 취해서 호스텔로 갔다고,

แล้วก็ ที่ไม่รับโทรศัพท์กิ๊งเพราะว่าเมาแล้วหลับอยู่

잠이 드는 바람에 전화 못 받았다고,

หรือว่าปวดฉี่ไง แล้วตื่นมารับสายโทรศัพท์คนอื่น

화장실 가려다가 전화를 받았다고,

แก้ตัวไม่เป็นเหรอ

변명도 못해?

테드 **พี่ไม่อยากทำผิดกับกิ๊งไปมากกว่านี้**

더는 속이기 싫어.

단어 แก้ตัว 변명하다

 # 핵심 장면 ④ ▶| TRACK 31_05

낑 **ว่าไง หม่องปาล์ม**

안녕, 몽 빰.

빰 หม่องกิ๊ง เป็นผู้หญิงเรียกหม่องเปล่าวะ

몽 낑. 여자한테도 몽이라고 해?

단어 หม่อง 미스터, Mr.(미얀마어)

★영화 속 핵심 문형

오늘의 장면 속 다양한 문형을 학습해 봅시다.

พอดีเป้มันบินมาเที่ยว

마침 걔가 놀러 왔었어.

'พอดี'는 '마침', '바로', '꼭 맞다', '딱 알맞다'라는 뜻입니다. 여기서 'พอ'는 앞서 배운 다양한 뜻 중에서 '충분하다'의 뜻으로 사용되었습니다.

ตอนนี้บ่าย 3 โมงพอดี

지금은 오후 3시 정각이다.

รองเท้าแก้วพอดีกับเท้าของซินเดอเรลล่า

신데렐라의 발에 유리구두가 딱 맞았다.

단어 รองเท้าแก้ว 유리구두

ก็กะแค่ว่าจะ ออกไปเที่ยวด้วยกันเฉย ๆ

처음에는 그저 밥이나 먹을 생각이었어.

'เฉย ๆ'는 구어체에서 자주 쓰이는 표현으로 '그저', '그냥', '그렇다'라는 뜻입니다. 앞에 동사가 쓰인 경우에는 '(동사)할 뿐'이라는 뜻을 나타냅니다.

อย่ายืนเฉย ๆ และตั้งช้อนตะเกียบบนโต๊ะหน่อย

가만히 서 있지 말고 테이블 위에 수저를 좀 놓아라.

ร้านอาหารแห่งนี้มีรสชาติเฉย ๆ แต่พนักงานให้บริการที่ดี

이 식당은 맛은 그저 그렇지만 직원들의 서비스가 훌륭하다.

단어 ยืน 서다 | ตั้ง 차리다 | ช้อน 숟가락 | ตะเกียบ 젓가락 | บริการ 서비스

แล้วพี่เท็ดก็กลับห้องไม่ไหว
เลยนอน Hostel แถวนั้น แก้ตัวไม่เป็นเหรอ

너무 취해서 호스텔로 갔다고 변명도 못해?

🔍 'เลย'가 접속사로 사용될 때에는 '그래서'라는 뜻으로 앞뒤 문장 간의 인과관계를 나타내며,
같은 의미인 'ก็เลย'를 쓰기도 합니다.

อากาศร้อนมากเลยอยากกินไอติม

날씨가 너무 더워서 아이스크림을 먹고 싶어.

ฉันทำกระเป๋าสตางค์หายก็เลยเดินกลับบ้าน

나는 지갑을 잃어버려서 집에 걸어갔다.

> **단어** กระเป๋าสตางค์ 지갑

หม่องกิ๊ง เป็นผู้หญิงเรียกหม่องเปล่าวะ

몽 낑. 여자한테도 몽이라고 해?

🔍 'เรียก'은 '부르다', '칭하다', '소환하다', '요구하다'라는 뜻으로 주로 뒤에 'ว่า(~라고)'를 붙여
'~라고 부르다', '~라고 칭하다'의 의미로 사용합니다.

ตั้งแต่นี้ไปเรียกฉันว่าจูตามสบายนะ

이제부터 나를 편하게 쭈라고 불러줘.

มีการต่อสู้ที่นั่น ช่วยเรียกตำรวจให้หน่อยค่ะ

저기 싸움이 났어요. 경찰 좀 불러주세요.

> **단어** ตามสบาย 편하게 | การต่อสู้ 싸움

★확인 테스트

오늘의 장면을 떠올리며 문제를 풀어 보세요.

1 보기에서 적절한 단어를 빈칸에 넣어 문장을 완성하세요.

보기 **เรื่อย ก็เลย แยกย้าย**

① **พอดีเป้มันบินมาเที่ยว ________ ออกไปกินข้าวกัน**
마침 걔가 놀러 왔었어. 같이 저녁 먹었지.

② **ก็คุยมา ________**
계속 연락했어.

③ **กินข้าวเสร็จก็ ________**
저녁 먹고 바로 헤어졌다고.

2 괄호 안의 단어를 사용하여 다음 문장을 태국어로 써 보세요.

① 호텔로 간다고 말해놓고 안 갔잖아.
________________________ (แรก, กลับ)

② 더는 속이기 싫어.
________________________ (ผิด, มากกว่า)

③ 몽 낑. 여자한테도 몽이라고 해?
________________________ (หม่อง, เปล่า)

정답 확인

1 ① ก็เลย ② เรื่อย ③ แยกย้าย
2 ① ทำไมตอนแรกบอกกิ๊งว่าจะกลับโรงแรมแล้วไม่กลับ ② พี่ไม่อยากทำผิดกับกิ๊งไปมากกว่านี้
③ หม่องกิ๊ง เป็นผู้หญิงเรียกหม่องเปล่าวะ

#32 그러지 않았다면 이렇게 오래 함께했을까?

오늘의 장면

낑에게 테드와 헤어졌냐고 묻는 빰
낑은 테드에게 한 번 더 기회를 주고 싶다고 말한다.

★ 오늘의 핵심 표현

다음 문장을 큰 소리로 세 번씩 읽어 보세요. TRACK 32_01

❶ มึงได้บอกพี่เท็ดเปล่าว่ามึงมาเจอกู ☑☐☐
나 만난다고 얘기했어?

❷ ไม่งั้นเราจะอยู่ด้วยกันมานานขนาดนี้เหรอวะ ☐☐☐
그러지 않았다면 이렇게 오래 함께했을까?

❸ ทั้ง ๆ ที่ผมยังไม่เคยคบกับมันเลยด้วยซ้ำ ☐☐☐
사귀는 사이도 아니었는데요.

❹ ผมก็ต้องเริ่มต้นใหม่ กับคนใหม่ ๆ อ่ะครับ ☐☐☐
다시 시작하려고 다른 여자들을 만났어요.

★영화 속 바로 이 장면

오늘의 장면 속 핵심 문장을 학습해 봅시다.

핵심 장면 ❶

TRACK 32_02

낑 **เป็นเพื่อนกันมันก็ดีอยู่แล้วป่ะ**
친구면 됐지, 안 그래?

빰 **กิ๊ง ชอบกันแล้วเป็นเพื่อนกัน**
낑, 나랑 친구로만 지내고 싶어?

เพื่อนพอมึงดิ อะ เพื่อนจริงป่ะ
빌어먹을 친구! 우리 친구 맞아?

กูถามมึงหน่อย ที่มึงมาเจอกูอ่ะ มึงบอกพี่เท็ดว่าอะไร
나 보러 여기 왔잖아. 테드한테 뭐라고 했어?

มึงได้บอกพี่เท็ดเปล่าว่ามึงมาเจอกู
나 만난다고 얘기했어?

มึงได้พูดชื่อกูป่ะ นี่ไง
내 이름 언급이나 했어? 응? 이것 봐.

핵심 장면 ❷

TRACK 32_03

빰 **ตอนนั้นกูไม่น่าขอมึงเป็นเพื่อนเลย**
친구로 지내자고 말하는 게 아니었어.

낑 **ไม่งั้นเราจะอยู่ด้วยกันมานานขนาดนี้เหรอวะ**
그러지 않았다면 이렇게 오래 함께했을까?

단어 น่า ~할 만하다

210 | 영화로 배우는 태국어_프렌드 존

 # 핵심 장면 ③ TRACK 32_04

빰 **เอาจริง ๆ**
진심으로.

ครั้งนี้แม่งเจ็บสุดตั้งแต่ผมเคยคบกับใครมาเลย
제가 누군가와 사귄 이후로 이번이 제일 아팠어요.

ทั้ง ๆ ที่ผมยังไม่เคยคบกับมันเลยด้วยซ้ำ
사귀는 사이도 아니었는데요.

พวกคุณไม่ต้องอินขนาดนั้นก็ได้
너무 우울해하지 마세요.

단어 ซ้ำ 되풀이하다, 한층

 # 핵심 장면 ④ TRACK 32_05

버디1 **คุณทนได้ยังไง**
어떻게 견디세요?

คือแค่ผมส่ง Line แล้วเค้า Read แต่ไม่ตอบอ่ะ ผมก็นอนไม่หลับแล้ว
문자를 읽고도 답이 없으면 잠이 안 와요.

버디2 **ผมคิดภาพวันที่ไม่มีมันในชีวิตไม่ออกเลย นี่คุณทนได้ไง**
그 애 없는 삶은 상상도 못 하겠어요. 어떻게 버티세요?

빰 **ผมก็ต้องเริ่มต้นใหม่ กับคนใหม่ ๆ อ่ะครับ**
다시 시작하려고 다른 여자들을 만났어요.

★영화 속 핵심 문형

오늘의 장면 속 다양한 문형을 학습해 봅시다.

มึงได้บอกพี่เท็ดเปล่าว่ามึงมาเจอกู
나 만난다고 얘기했어?

'ได้'는 '가능하다', '~할 수 있다'라는 뜻으로 주로 쓰이지만, 본문과 같이 과거 시제를 나타내는 조동사로 쓸 수도 있습니다. 'ได้'가 과거 시제의 조동사로 사용될 때는 동사 앞에 위치하여 '~했다'라는 뜻을 나타냅니다.

สมชายได้กลับประเทศไทย
쏨차이는 태국으로 돌아갔다.

วันนี้ผมเหนื่อยก็เลยไม่ได้ไปห้องสมุด
오늘 피곤해서 도서관에 못(안) 갔어.

단어 ห้องสมุด 도서관

ไม่งั้นเราจะอยู่ด้วยกันมานานขนาดนี้เหรอวะ
그러지 않았다면 이렇게 오래 함께했을까?

'ด้วยกัน'은 '함께', '같이', '더불어'라는 뜻으로 앞에 동사(구)가 위치하여 '함께하다', '같이 ~하다'라는 의미로 해석됩니다.

สุดสัปดาห์นี้เธอจะไปนิทรรศการด้วยกันไหม
이번 주말에 전시회 보러 같이 갈래?

เรามารวมพลังด้วยกันเพื่อช่วยเพื่อนบ้านของเรา
우리는 이웃을 돕기 위해 다 함께 힘을 모았다.

단어 นิทรรศการ 전시회 | พลัง 힘 | เพื่อนบ้าน 이웃

ทั้ง ๆ ที่ผมยังไม่เคยคบกับมันเลยด้วยซ้ำ

사귀는 사이도 아니었는데요.

🔍 '**ทั้ง ๆ ที่**'는 '~라 할지라도', '비록 ~일지라도'라는 뜻입니다. 주로 'A + **ทั้ง ๆ ที่** + B'의 구문
으로 쓰여 'B했음에도 A하다'라는 전환 표현을 나타냅니다.

เขาออกจากโรงบาลทั้ง ๆ ที่เขาต้องการการผ่าตัด

그는 수술이 필요했음에도 불구하고 퇴원했다.

เธอพูดภาษาอังกฤษได้คล่องแคล่วมากทั้ง ๆ ที่ไม่เคยเรียนในอเมริกา

그녀는 미국에서 공부한 적이 없는데도 영어를 매우 유창하게 구사한다.

> 단어 การผ่าตัด 수술 | คล่องแคล่ว 유창하다

ผมก็ต้องเริ่มต้นใหม่กับคนใหม่ ๆ อ่ะครับ

다시 시작하려고 다른 여자들을 만났어요.

🔍 '**เริ่ม**'은 '시작하다', '개시하다', '열다', '비롯하다'라는 뜻으로 종종 뒤에 '**มาได้**(~해 오다)'를
붙여 시작되는 시기를 표현할 수 있습니다.

การก่อสร้างจะเริ่มอย่างจริงจังตั้งแต่เดือนสิงหาคม

공사는 8월부터 본격적으로 착수될 것이다.

หลังจากดูสารคดีเกี่ยวกับประเทศไทยแล้ว ผมเริ่มสนใจประเทศไทย

태국에 관한 다큐멘터리를 보기 시작한 이후로 태국에 관심이 생겼다.

> 단어 การก่อสร้าง 공사 | เดือนสิงหาคม 8월 | สารคดี 다큐멘터리

★확인 테스트

오늘의 장면을 떠올리며 문제를 풀어 보세요.

1 보기에서 적절한 단어를 빈칸에 넣어 문장을 완성하세요.

보기	ตั้งแต่ เป็น ขนาดนี้

① ชอบกันแล้ว __________ เพื่อนกัน
나랑 친구로만 지내고 싶어?

② ไม่งั้นเราจะอยู่ด้วยกันมานาน __________ เหรอวะ
그러지 않았다면 이렇게 오래 함께했을까?

③ เอาจริง ๆ ครั้งนี้แม่งเจ็บสุด __________ ผมเคยคบกับใครมาเลย
진심으로. 제가 누군가와 사귄 이후로 이번이 제일 아팠어요.

2 괄호 안의 단어를 사용하여 다음 문장을 태국어로 써 보세요.

① 나 만난다고 얘기했어?
__________________________ (ได้, เปล่า)

② 친구로 지내자고 말하는 게 아니었어.
__________________________ (น่า, เพื่อน)

③ 다시 시작하려고 다른 여자들을 만났어요.
__________________________ (เริ่มต้น, ใหม่)

정답 확인

1 ① เป็น ② ขนาดนี้ ③ ตั้งแต่
2 ① มึงได้บอกพี่เท็ดเปล่าว่ามึงมาเจอกู ② ตอนนั้นกูไม่น่าขอมึงเป็นเพื่อนเลย
③ ผมก็ต้องเริ่มต้นใหม่ กับคนใหม่ ๆ อ่ะครับ

#33 당신도 그렇다고 말해줘요.

오늘의 장면

각자의 일상으로 돌아가고자 노력하는 낑과 빰
하지만 서로를 잊을 수 있을까?

★ 오늘의 핵심 표현

다음 문장을 큰 소리로 세 번씩 읽어 보세요. ▶| TRACK 33_01

❶ **หือ สามแถมหนึ่ง**
응? 세 개 사면 하나 공짜야.

❷ **เอาน่า วันละชิ้นจิตแจ่มใส**
괜찮아. 하루에 한 조각은 정신을 맑게 해.

❸ **นี่เลยชิ้นนี้นะ สำหรับทำ บีฟเซอวานอฟ**
하나는 쇠고기 스트로가노프 만드는 데 쓸 거야.

❹ **บอกกับฉันว่าใจเธอคิดเช่นนี้**
당신도 그렇다고 말해줘요.

★영화 속 바로 이 장면

오늘의 장면 속 핵심 문장을 학습해 봅시다.

핵심 장면 ❶❷

▶| TRACK 33_02

테드 **หือ สามแถมหนึ่ง**
응? 세 개 사면 하나 공짜야.

낑 **คอเลสเตอรอลพี่เท็ดสูงไม่ใช่เหรอ**
자기 콜레스테롤 수치 높지 않아?

테드 **เอาน่า วันละชิ้นจิตแจ่มใส**
괜찮아.하루에 한 조각은 정신을 맑게 해.

낑 **วันละชิ้นที่ไหน เห็นทำทีทำทั้งห่ออ่ะ**
하루에 한 팩이겠지!

단어 **คอเลสเตอรอล** 콜레스테롤 | **จิต** 마음, 정신 | **แจ่มใส** 맑다, 상쾌하다, 좋다 | **ห่อ** 팩(포장한 물건을 세는 수량사)

핵심 장면 ❸

▶| TRACK 33_03

테드 **นี่เลยชิ้นนี้นะ สำหรับทำบีฟเซอวานอฟ**
하나는 쇠고기 스트로가노프 만드는 데 쓸 거야.

อาหารจานเด็ดจากประเทศรัสเซียเลยนะ
꼭 먹어야 할 러시아 요리지.

ส่วนเบค่อนเนี่ย
이걸로는

พี่เท็ดจะไปทำสปาเก็ตตี้เบค่อนผัดพริกแห้ง
스파게티랑 말린 고추를 곁들인 베이컨 요리 만들래.

단어 **เซอวานอฟ** 스트로가노프(러시아식 스튜) | **ประเทศรัสเซีย** 러시아 | **แห้ง** 마르다, 건조하다

 # 핵심 장면 ④

TRACK 33_04

노래 가사 *ในความฝันเรายังมีกันใช่ไหม*

우린 아직도 같은 미래를 꿈꾸나요?

ใจเธอนั้นมันยังไม่ได้เปลี่ยนไป

당신 마음은 변하지 않았어요.

และความรักของเรายังคงเหมือนเดิม

우리 사랑은 그대로예요.

อยากจะขอให้เธอได้พูดเช่นนี้

당신이 말해주기를 원해요.

บอกกับฉันว่าใจเธอคิดเช่นนี้

당신도 그렇다고 말해줘요.

บอกกับฉันให้ฉันมั่นใจสักที

나에게 확신을 줘요.

ว่าความรักของเรายังคงเหมือนเดิม

우리 사랑은 그대로라고.

단어 ความฝัน 꿈 | มั่นใจ 확신하다, 당당하다, 마음에 거리낄 것이 없다

★영화 속 핵심 문형

오늘의 장면 속 다양한 문형을 학습해 봅시다.

หือ สามแถมหนึ่ง

응? 세 개 사면 하나 공짜야.

'แถม'은 '덤을 주다', '첨가하다', '덧붙이다'라는 뜻으로 태국 여행 시 마트나 쇼핑몰에 가면 '1+1'을 'ซื้อ 1 แถม 1'이라고 표기한 것을 볼 수 있습니다.

พนักงานคนนั้นแถมให้ฉันทุกครั้งที่ฉันซื้อของ

그 직원은 내가 물건을 살 때마다 나에게 덤을 챙겨준다.

เป็นช่วงเทศกาลซื้อหนึ่งแถมหนึ่งค่ะ ลองชิมแล้วค่อยไปค่ะ

원 플러스 원 행사 기간입니다. 시식하고 가세요.

단어 เทศกาล 행사, 축제 | ลองชิม 시식하다

เอาน่า วันละชิ้นจิตแจ่มใส

괜찮아. 하루에 한 조각은 정신을 맑게 해.

'ละ'는 '~당', '~마다', '매', '각각의'라는 뜻으로 'A ละ B'로 쓰이면 'A당 B'로 해석하면 됩니다.

ป้าครับ มะม่วงกิโลละเท่าไรครับ

이모님, 망고 1킬로그램당 얼마예요?

ถ้าคุณตอบคำถามทีละขั้นโดยไม่ประหม่า คุณจะได้ผลลัพธ์ที่ดี

긴장하지 않고 문제마다 차근차근 푼다면 좋은 결과가 있을 것입니다.

단어 มะม่วง 망고 | ทีละขั้น 차근차근, 점진적으로 | ประหม่า 긴장하다 | ผลลัพธ์ 결과

นี่เลยชิ้นนี้นะ สำหรับทำบีฟเซอวานอฟู

하나는 쇠고기 스트로가노프 만드는 데 쓸 거야.

🔍 '**นี่**'는 '이것', '이 사람', '여기'의 뜻의 지시대명사로 주어 자리나 동사 뒤에 위치하여 사물이나 장소를 가리킬 때 씁니다. 한편 '**นี้**'는 '이'라는 뜻의 지시형용사로 명사나 형태사의 뒤에 위치하여 해당 어휘를 수식해주는 역할을 합니다.

นี่คืออะไรครับ

이것은 무엇입니까?

หนังสือเล่มนี้เป็นหนังสือเกี่ยวกับจักรวาล

이 책은 우주에 관한 책입니다.

> **단어** จักรวาล 우주

บอกกับฉันว่าใจเธอคิดเช่นนี้

당신도 그렇다고 말해줘요.

🔍 '**เช่น**'은 '같다'라는 뜻으로 뒤에 지시형용사인 '**นี้**', '**นั้น**' 등을 붙여 '이/그처럼', '이/그렇게', '이/그토록'이라고 해석됩니다.

อย่าทำอะไรเป็นอันตรายเช่นนั้นอีก

다시는 그렇게 위험한 짓을 하지 말아라.

ในชีวิตนี้ฉันจะมีโอกาสได้เห็นทิวทัศน์ที่สวยงามเช่นนี้อีกครั้งหรือไม่

내 인생에서 이토록 아름다운 풍경을 다시 볼 기회가 있을까?

> **단어** อันตราย 위험 | ทิวทัศน์ 풍경, 경치

★확인 테스트

오늘의 장면을 떠올리며 문제를 풀어 보세요.

1 보기에서 적절한 단어를 빈칸에 넣어 문장을 완성하세요.

보기 เปลี่ยน ชิ้นนี้ แถม

① **หือ สาม __________ หนึ่ง**
응? 세 개 사면 하나 공짜야.

② **นี่เลย __________ นะ สำหรับทำบีฟเซอวานอฟ**
하나는 쇠고기 스트로가노프 만드는 데 쓸 거야.

③ **ใจเธอนั้นมันยังไม่ได __________ ไป**
당신 마음은 변하지 않았어요.

2 괄호 안의 단어를 사용하여 다음 문장을 태국어로 써 보세요.

① 괜찮아. 하루에 한 조각은 정신을 맑게 해.
______________________________ (ชิ้น, แจ่มใส)

② 꼭 먹어야 할 러시아 요리지.
______________________________ (เด็ด, ประเทศรัสเซีย)

③ 당신도 그렇다고 말해줘요.
______________________________ (กับ, เช่นนี้)

정답 확인

1 ① แถม ② ชิ้นนี้ ③ เปลี่ยน
2 ① เอาน่า วันละชิ้นจิตแจ่มใส ② อาหารจานเด็ดจากประเทศรัสเซียเลยนะ
③ บอกกับฉันว่าใจเธอคิดเช่นนี้

34 이제 친구로 못 지낸다면, 결혼하자!

오늘의 장면

빰을 잊지 못해 빰에게 결혼하자고 말하는 낑
과연 빰은 낑의 프러포즈를 받아줄까?

★ 오늘의 핵심 표현

다음 문장을 큰 소리로 세 번씩 읽어 보세요. TRACK 34_01

❶ เชื่อผม คุณไม่ต้องหันไปหรอกนะ ☑☐☐
말 들어요. 돌아보지 말아요.

❷ ผมว่าต่างคนต่างอยู่ดีกว่า ☐☐☐
각자 갈 길 가요.

❸ มึงกับกูอ่ะ ถ้าจะไม่เป็นเพื่อนกัน
ก็แต่งงานกันไปเลยนะ ☐☐☐
너랑 나, 이제 친구로 못 지낸다면, 결혼하자!

❹ ยิ่งรอนานแม่งยิ่งหมดหวังเว้ย ☐☐☐
기다림이 길어질수록 희망은 줄어든다.

★영화 속 바로 이 장면

오늘의 장면 속 핵심 문장을 학습해 봅시다.

 # 핵심 장면 ① TRACK 34_02

깽 **ปาล์ม**
빰.

버디1 **เชื่อผม คุณไม่ต้องหันไปหรอกนะ**
말 들어요. 돌아보지 말아요.

빰 **กิ๊งเหรอ**
낑?

단어 เชื่อ 믿다

 # 핵심 장면 ② TRACK 34_03

버디2 **ไม่ คุณกิ๊งใช่ไหมครับ พอเลยครับ**
안 돼요! 낑 맞죠? 그만하면 됐어요.

버디3 **ผมว่าต่างคนต่างอยู่ดีกว่า**
각자 갈 길 가요.

ขอโทษที่เสือกนะครับ
주제넘은 거 알아요.

แต่ผมว่า คุณช่วยกรุณาเลิกมายุ่งเกี่ยว
하지만… 이제 그만 상관해 주세요.

หรือทำตัวเหมือนยังเป็นเพื่อนกับเค้าได้ไหมครับ
친구 행세도 하지 말고요.

단어 ยุ่งเกี่ยว ~에 관여하다

 # 핵심 장면 ③

TRACK 34_04

깽 **กูขอถามมึงข้อนึง แล้วกูจะไม่ถามอีก**

묻고 싶은 게 있어. 처음이자 마지막으로.

빰 **ถามว่า**

뭔데?

깽 **มึงกับกูอ่ะ ถ้าจะไม่เป็นเพื่อนกัน ก็แต่งงานกันไปเลยนะ**

너랑 나, 이제 친구로 못 지낸다면, 결혼하자!

 # 핵심 장면 ④

TRACK 34_05

버디2 **หนึ่งทศวรรษของคุณแม่ง ไม่สูญเปล่าว่ะ**

10년이라는 세월이 헛되지 않았군요.

버디3 **คุณรู้ไหม ว่าพวกผมคิดมาตลอดว่า**

있잖아요. 항상 이런 생각을 했어요. 뭐냐면…

คนเราอ่ะ ยิ่งยิ่งรอนานแม่งยิ่งหมดหวังเว้ย

기다림이 길어질수록 희망은 줄어든다는 생각이요.

단어 ทศวรรษ 10년

★영화 속 핵심 문형

오늘의 장면 속 다양한 문형을 학습해 봅시다.

เชื่อผม คุณไม่ต้องหันไปหรอกนะ
말 들어요. 돌아보지 말아요.

'หรอก'은 부정문에 쓰이는 어조사로 부정의 의미를 강조해 줍니다. 'ไม่ + 동사(구) + หรอก'의 구문으로 쓰이며, '(동사)하지 않다'로 해석됩니다.

เราอยากไปประเทศไทยเมื่อวันลอยกระทงปีนี้ แต่ไม่มีเวลาหรอก
올해 러이끄라통 때에 태국에 가고 싶지만 시간이 없어.

เขาไม่ได้รับคะแนนดีหรอก เพราะไม่ตั้งใจเรียน
그는 열심히 공부하지 않았기 때문에 좋은 점수를 받을 수 없었어.

단어 วันลอยกระทง 러이끄라통(태국의 등불 축제) | คะแนน 점수

ผมว่าต่างคนต่างอยู่ดีกว่า
각자 갈 길 가요.

'ต่าง'의 기본형은 '다르다'로 주로 'กัน', 'กับ'과 함께 사용됩니다. 본문과 같이 여러 그룹으로 나누어진 명사를 나타내는 분할 대명사로 사용되는 경우에는 '각자', '각각'으로 해석되고, 뒤에 'ๆ'을 붙이면 '각종의', '다양한', '여러'라는 의미로 다양하게 활용 가능한 표현입니다.

วันนี้เรากินเยอะไปเลยต่างคนต่างจ่ายกันเถอะนะ
오늘 우리 너무 많이 먹었으니까 그냥 각자 계산하자.

อันนี้กับอันนั้นต่างกันอย่างไรครับ
이것과 저것은 어떻게 다른가요?

단어 จ่าย 계산하다

มึงกับกูอ่ะ ถ้าจะไม่เป็นเพื่อนกัน ก็แต่งงานกันไปเลยนะ

너랑 나, 이제 친구로 못 지낸다면, 결혼하자!

🔍 'เป็น'이 계동사로 쓰이면 '~이다'라는 뜻이지만 본문과 같이 일반동사로 사용될 때에는 '~(으)로', '~로서', '~의 자격으로'라는 의미를 가지게 됩니다.

ถึงแม้จะเป็นเพื่อนแต่ก็ยังอยากอยู่เคียงข้างเธอ

친구로서라도 너의 곁에 있고 싶어.

ฉันดีใจที่ได้ทำงานเป็นครูของทุกคนค่ะ

여러분들의 선생님으로 일하게 되어서 매우 기쁩니다.

ยิ่งรอนานแม่งยิ่งหมดหวังเว้ย

기다림이 길어질수록 희망은 줄어든다.

🔍 'ยิ่ง'만 쓰면 '더욱 ~하다'라는 뜻이지만, 'ยิ่ง A ยิ่ง B'와 같이 'ยิ่ง'이 두 번 쓰일 때는 'A하면 할수록 더 B하다'라는 뜻이 됩니다.

ยิ่งเธอสูบบุหรี่ สุขภาพเธอก็จะยิ่งแย่ลงอ่ะ

담배를 피우면 피울수록 네 건강은 나빠질 거야.

ยิ่งหมาตัวใหญ่เท่าไร ก็ยิ่งเสียงเห่าดังเท่านั้น

개가 클수록 짖는 소리가 더욱 커진다.

단어 สูบบุหรี่ 흡연하다 | เห่า 짖다

오늘의 장면을 떠올리며 문제를 풀어 보세요.

1 보기에서 적절한 단어를 빈칸에 넣어 문장을 완성하세요.

> 보기
>
> ยุ่งเกี่ยว   กัน   เปรียบเทียบ

① ว่าถึงจะคบกับคนใหม่ยังไง ผมก็อดเอาไป _____
กับมันไม่ได้ทุกที
다른 사람을 만나봐도 자꾸 비교되더라고요.

② คุณช่วยกรุณาเลิกมา _____
이제 그만 상관해 주세요.

③ ถ้าจะไม่เป็นเพื่อน _____ ก็แต่งงาน _____ ไปเลยนะ
이제 친구로 못 지낸다면, 결혼하자!

2 괄호 안의 단어를 사용하여 다음 문장을 태국어로 써 보세요.

① 말 들어요. 돌아보지 말아요.
_____ (เชื่อ, หัน)

② 묻고 싶은 게 있어. 처음이자 마지막으로.
_____ (ขอ, อีก)

③ 기다림이 길어질수록 희망은 줄어든다.
_____ (ยิ่ว, หมดหวัง)

정답 확인

1 ① เปรียบเทียบ ② ยุ่งเกี่ยว ③ กัน
2 ① เชื่อผม คุณไม่ต้องหันไปหรอกนะ ② กูขอถามมึงข้อนึง แล้วกูจะไม่ถามอีก
　③ ยิ่งรอนานแม่งยิ่งหมดหวังเว้ย

35 내 결혼 반지 사라졌어요?

오늘의 장면

빰의 직장 동료인 쭈의 결혼식에 참석한 낑과 빰
낑은 춤을 추다 결혼 반지를 잃어버린다.

★ 오늘의 핵심 표현

다음 문장을 큰 소리로 세 번씩 읽어 보세요. TRACK 35_01

❶ **มึงจะเอาเบียร์วุ้นไม่ใช่เหรอ ก็ต้องรอแช่ไง** ☑☐☐
맥주 슬러시 맞지? 차갑게 하느라고.

❷ **มันต้องหลุดตอนเต้นแน่ ๆ เลยอ่ะ** ☐☐☐
춤추다 빠진 게 분명해.

❸ **แหวนแต่งงานพี่หายเหรอ** ☐☐☐
내 결혼 반지 사라졌어요?

❹ **เจอแหวนแล้วครับ** ☐☐☐
찾았어요!

★영화 속 바로 이 장면

오늘의 장면 속 핵심 문장을 학습해 봅시다.

 # 핵심 장면 ❶

TRACK 35_02

깽 **มึงไปโม้อะไรไว้อีก**

뭐라고 허풍 떨었어?

빰 **มึงจะเอาเบียร์วุ้นไม่ใช่เหรอ ก็ต้องรอแช่ไง**

맥주 슬러시 맞지? 차갑게 하느라고.

낑 **เบียร์มันวุ้นตั้งนานแล้ว มึงอย่ามา**

슬러시 되어 있잖아. 쓸데없는 소리 하지 마.

빰 **ก็แค่ให้กำลังใจคน**

그냥 격려 좀 해줬어.

단어 โม้ 허풍을 떨다, 큰소리치다, 과시하다

 # 핵심 장면 ❷

TRACK 35_03

빰 **กิ๊ง แหวน**

낑, 반지는?

낑 **มันต้องหลุดตอนเต้นแน่ ๆ เลยอ่ะ**

춤추다 빠진 게 분명해.

단어 หลุด 쑥 빠지다, 벗어나다, 탈락하다

핵심 장면 ❸

TRACK 35_04

쭈 **เหี้ย ใจเย็น ๆ น้องกิ๊ง นี่พี่จุ๊เอง**

엄마야! 진정해요, 낑. 나예요.

หาอะไรอยู่ลูก

뭐 찾아요?

낑 **แหวนแต่งงานค่ะ**

결혼 반지요.

쭈 **แหวนแต่งงานพี่หายเหรอ**

내 결혼 반지 사라졌어요?

쭈 남편 **เธอดูที่นิ้วก่อน**

자기 손가락을 봐.

핵심 장면 ❹

TRACK 35_05

빰 **เจอแหวนแล้วครับ**

찾았어요!

낑 **ทำไมมันกระเด็นไปไกลจังอ่ะ**

어쩌다 떨어졌지?

빰 **นั่นน่ะดิ**

내가 아냐.

단어 **กระเด็น** 나가떨어지다, 튀다

★영화 속 핵심 문형

오늘의 장면 속 다양한 문형을 학습해 봅시다.

มึงจะเอาเบียร์วุ้นไม่ใช่เหรอ ก็ต้องรอแช่ไง
맥주 슬러시 맞지? 차갑게 하느라고.

'ไม่ใช่เหรอ'는 '~이 아닌가요?'라는 뜻의 반어문으로 확신이나 반박의 의미를 내포하고 있습니다.

เราเป็นเพื่อนกันไม่ใช่หรอ
우리 친구 아니었어요?

คุณบอกว่าคุณจะส่งเงินที่เหลือให้ผมภายในวันนี้ไม่ใช่หรือครับ
오늘 내로 잔금을 보내준다고 하지 않으셨나요?

단어 เงินที่เหลือ 잔금

มันต้องหลุดตอนเต้นแน่ ๆ เลยอ่ะ
춤추다 빠진 게 분명해.

'แน่ ๆ'는 '분명히', '반드시', '확실히', '꼭'이라는 뜻이며 'แน่นอน'에서 변형된 것으로 두 단어의 의미가 같습니다.

ข่าวนั้นไม่ใช่ความจริงอย่างแน่นอนซี
그 소식은 절대 사실이 아니야!

ถ้าคุณเรียนอย่างลวก ๆ แบบนี้ คุณจะสอบตกแน่ ๆ เนอะ
너 이렇게 대충 공부하면 분명히 시험에 떨어질걸?

단어 ความจริง 사실, 진실 | ลวก 대충, 부주의하다

แหวนแต่งงานพี่หายเหรอ

내 결혼 반지 사라졌어요?

'หาย'는 '사라지다', '없어지다'라는 뜻으로 앞에 'ทำ'을 붙이면 '잃어버리다'라는 뜻이 됩니다. 또한, 질병과 관련하여 쓰였을 때는 '(병이) 낫다'라는 뜻으로 사용됩니다.

เมื่อวานทำบัตรหายเลยอยากให้ออกบัตรให้ใหม่ค่ะ

어제 카드를 잃어버려서 재발급 받고 싶습니다.

แค่กินยาดี ๆ อาการปวดก็จะหายเร็ว ๆ นี้นะคะ

약만 잘 드셔도 통증이 금방 나아질 거예요.

เจอแหวนแล้วครับ

찾았어요!

'เจอ'는 '만나다'라는 뜻으로 주로 사용되지만, 상황에 따라 '보다', '찾다', '발견하다'라는 뜻으로 사용되기도 합니다.

เจอกันที่หน้าสถานีสยามพรุ่งนี้ 5 โมงนะ

내일 5시에 싸얌역 앞에서 만나자.

ผมเจอจดหมายเก่า ๆ ของพ่อแม่ในลิ้นชัก

나는 서랍에서 부모님의 오래된 편지를 발견했다.

단어 สถานี 역 | จดหมาย 편지 | ลิ้นชัก 서랍

오늘의 장면을 떠올리며 문제를 풀어 보세요.

1 보기에서 적절한 단어를 빈칸에 넣어 문장을 완성하세요.

보기
เจอ หลุด โม้

① มึงไป __________ อะไรไว้อีก
뭐라고 허풍 떨었어?

② มันต้อง __________ ตอนเต้นแน่ ๆ เลยอ่ะ
춤추다 빠진 게 분명해.

③ __________ แหวนแล้วครับ
찾았어요!

2 괄호 안의 단어를 사용하여 다음 문장을 태국어로 써 보세요.

① 맥주 슬러시 맞지?
______________________________ (เอา, วุ้น)

② 내 결혼 반지 사라졌어요?
______________________________ (แหวน, หาย)

③ 어쩌다 떨어졌지?
______________________________ (กระเด็น, ไกล)

Review #31~#35 복습

★단어 기억하기

음원을 듣고 알맞은 태국어를 써 보세요.

TRACK 35_06

❶ ____________ ❷ ____________

❸ ____________ ❹ ____________

❺ ____________ ❻ ____________

★표현 기억하기

주어진 단어를 알맞은 순서로 배열해 보세요.

❶ เลิกกันไป / ถ้าเกิดว่า / มัน / คบกันแล้ว / จะเป็นยังไงวะ

우리가 사귀었다 헤어지면 어떡해?

____

❷ เธอสัญญา / ออกมา / ก่อนจะพูดอะไร / ขอให้ / อยากจะ

무슨 말을 하기 전에 먼저 약속해줘요.

____

❸ ที่ได้ / นะครับ / คุยด้วย / ยินดี

대화 즐거웠어요.

____

주어진 문장을 흐름에 따라 알맞은 순서로 배열해 보세요.

❶ (a) หือ สามแถมหนึ่ง

(b) คอเลสเตอรอลพี่เท็ดสูงไม่ใช่เหรอ

(c) วันละชิ้นที่ไหน เห็นทำทีทำทั้งห่ออ่ะ

(d) เอาน่า วันละชิ้นจิตแจ่มใส

답 ____________

❷ (a) เป็นเพื่อนกันมันก็ดีอยู่แล้วป่ะ

(b) กิ๊ง ชอบกันแล้วเป็นเพื่อนกัน เพื่อนพอมึงดิ

(c) แล้วใครเค้าคบกันเป็นเลิกกันวะ มึงรู้อนาคตเหรอ

(d) ถ้าเกิดว่าคบกันแล้วเลิกกันไปมันจะเป็นยังไงวะ

답 ____________

❸ (a) ก็แค่ให้กำลังใจคน

(b) มึงจะเอาเบียร์วุ้นไม่ใช่เหรอ ก็ต้องรอแช่ไง

(c) มึงไปโม้อะไรไว้อีก

(d) เบียร์มันวุ้นตั้งนานแล้ว มึงอย่ามา

답 ____________

표현 기억하기 ① ถ้าเกิดว่าคบกันแล้วเลิกกันไปมันจะเป็นยังไงวะ

영화
스크립트

프렌드 존

1

낑	**ป๊าจะขับรถไปชลบุรีเลยป่ะ** 아빠, 촌부리로 가세요?
낑의 아버지	**อืม ว่าจะขับรถไปเลย** 응. 바로 운전해서 가려고.
낑	**ซื้อปูม้ามาฝากกิ๊งด้วย** 게 요리 사주세요.
낑의 아버지	**เอาตังค์มาดิ** 돈 줘.
낑	**งก** 짠돌이셔.
낑의 아버지	**พรุ่งนี้ล้างท้องรอไว้เลยนะ เดี๋ยวป๊ากลับมา จัดเต็ม** 금방 올게. 하루만 기다려. 아빠 오면 맛있는 거 먹자.
	ขอบคุณครับลูกที่เคารพ 고마워, 우리 딸.
낑	**ครับ** 네.
낑의 아버지	**บ๊ายบาย** 잘가.
선생님	**สวัสดีค่ะลูก** 좋은 아침입니다.
낑	**ตื่นเต้น สัตว์ จะมีใครเห็นเปล่าวะ** 떨려 죽겠네! 누가 봤을까?
빰	**ไม่ต้องกลัว กูจอดรอมาตั้งนานละ ไม่เห็นมีใครผ่านมาสักคน** 걱정하지 마. 계속 여기 있었는데 아무도 안 지나갔어.
낑	**เหี้ย กูกลัวมึงแหละ ใส่มาทำไม** 깜짝이야! 놀랐잖아! 무슨 짓이야?

빰 **เผื่อมีกล้อง**

카메라 있을까봐.

낑 **ปาล์ม ปาล์ม ๆ ป๊ามาแล้ว ไปเลย**

빰, 빰! 아빠다. 가!

มึงจี้กว่านี้หน่อยได้ป่ะ

더 가까이 못 붙어?

빰 **พ่อมึงไม่หายไปไหนหรอก ตรงไปก็ถึงชลบุรีเหมือนกันน่ะ**

놓칠 일 없어. 쭉 가면 촌부리야.

มึงก็นั่งดี ๆ เลย บังกระจกกูหมด

제대로 앉아. 백미러 다 가린다.

낑 **มึง ถ้ากูจับได้ด่าว่าอะไรดีวะ**

빰, 현장을 잡으면 뭐라고 하지?

빰 **มึงก็อย่าเพิ่งไปด่าใครสุ่มสี่สุ่มห้า พ่อมึงอาจจะไปทำงานจริง ๆ ก็ได้**

아직 아무한테도 말하지 마. 일 때문일지도 모르잖아.

낑 **หน้าด้าน รู้ว่าเค้ามีลูกมีเมียอยู่แล้วยังจะมายุ่งอีก**

파렴치해! 가정이 있는 남자랑 뻔뻔하게 놀아나?

หรือว่า กูด่าแบบนิ่ง ๆ ดีวะ ตำ

내가… 혼쭐을 내줘야겠어. 더러운 계집.

빰 **กูถามพ่อมึงให้**

아빠한테 물어봐.

2

낑 **ปาล์มเดี๋ยว ๆ เดี๋ยว ไม่เล่น ปาล์ม**

빰, 잠시만, 잠시! 장난치지 마, 빰.

빰 **พ่อครับ กิ๊งมีคำถามครับ พ่อ**

아버님, 낑이 물어볼 게 있대요!

| 낑 | **อีปาล์ม มึง** |
| | 미쳤어? |

| 빰 | **พ่อครับ บ ๆ พ่อ** |
| | 아버님! |

| 낑 | **อีปาล์ม** |
| | 빰! |

| 빰 | **กิ๊งมีคำถามพ่อ พ่อ พ่อครับ โอ๊ย** |
| | 낑이 궁금한 게 있대요, 아버님! |

| 낑 | **มึง มึงไหวเปล่าวะ** |
| | 저기… 괜찮아? |

| 빰 | **ไม่เป็นไร จู๋เหล็ก** |
| | 괜찮아. 워낙 튼실하니까. |

| 낑 | **อุบาทว์** |
| | 변태. |

| 빰 | **ทำไมรถพ่อมึงเลี้ยวไปทางนั้นวะ** |
| | 왜 좌회전하시지? |

| 낑 | **ปาล์มตาม มึง** |
| | 빰, 따라가! 빰! |

| 빰 | **พ่อมึงจะขึ้นเครื่องไปชลบุรีเหรอวะ** |
| | 촌부리에 비행기 타고 가시나? |

| 빰 | **จะรู้ได้ไงพ่อมึงจะบินไปไหน** |
| | 어디 가시는지 어떻게 알아내지? |

| 낑 | **กูเช็คตารางบินละ ไฟล์ทเข้าแบบนี้ มีไปเชียงใหม่ที่เดียว** |
| | 항공 스케줄 확인했어. 아침 비행기는 치앙마이행 뿐이야. |

| | **โรงงานพ่อกูไม่มีสาขาที่นั่นแน่ ๆ** |
| | 아빠 공장은 치앙마이에 지점이 없어. |

빰	พ่อมึงคงไปทำธุระอะไรของเค้าแหละมั้ง ไป กลับเหอะ
	사업차 가시나 보지. 그만해.
낑	ปาล์ม กูยืมเงินหน่อย อืม เดี๋ยวกูคืนให้นะ
	빰, 돈 좀 빌려줘. 여기. 나중에 갚을게.
빰	กดมาเยอะไปเปล่าวะ จะนั่ง first class หรือไง
	너무 많지 않아? 일등석 타게?
낑	ก็รวมค่าตั๋วของมึงด้วยไง
	네 표도 사야지.
빰	ห้ะ
	뭐?
빰	กิ๊ง
	낑.
낑	มึง กูเข้าไปเลยนะ
	나도 들어갈래.
빰	อย่าเพิ่งดิวะ ใจเย็น พ่อมึงอาจจะไปคุยธุระข้างในก็ได้
	아직 안 돼. 진정해. 안에서 사업상의 이야기 중일 수도 있어.
	ใครอยู่ข้างในก็ไม่รู้อ่ะมึง ลงไปข้างล่างดีกว่ามึง เนอะ มึง
	누가 있을지 어떻게 알아. 아래층으로 가자. 응? 낑.

3

빰	เฮ้ย มึง มึงอย่าปีน
	낑, 올라가면 안 돼.
낑	สูงไปว่ะ ไม่ได้ยินว่ะ กำแพงแม่งหนา
	너무 높아. 안 들려. 벽이 너무 두꺼워.
빰	เค้าบอกตรงช่องปลั๊กกำแพงมันจะมีรู
	콘센트에서 더 잘 들린대.

낑	**ได้ยินป่ะ ได้ยินป่ะ** 들려? 들려?
빰	**กำแพงแม่งหนาจริงว่ะ กลับเหอะ** 진짜 두껍다. 가자.
	เดี๋ยวใครเข้ามาเห็นเราซวยเลยนะเว้ย 누가 들어오면 우린 큰일 나.
낑	**ไหนกูฟังบ้างดิ** 좀 들어야겠어.
빰	**ก็กูบอกไม่มีอะไรมึงจะฟังทำไมวะ** 안 들린다는데 왜 고집이야?
낑	**ไม่มีอะไรมึงก็หลบดิ มันแย่ขนาดนั้นเลยเหรอวะ** 그 말 진짜면 비켜. 그렇게 심해?
빰	**กลับเหอะ กิ๊ง กิ๊ง ไปไหนวะกิ๊ง** 가자, 낑. 낑, 어디 가?
기내 방송	**ท่านผู้โดยสารคะ** 승객 여러분,
	เรากำลังลดระดับลงสู่ท่าอากาศยานนานาชาติสุวรรณภูมิค่ะ 지금 수완나품 공항에 도착하고 있습니다.
낑	**กูว่า กูจะบอกแม่นะ แล้วเค้าก็คงหย่ากัน** 엄마한테 말해야겠어. 아마 이혼하시겠지.
빰	**ตอนพ่อแม่กูเลิกกัน กูร้องไห้เป็นอาทิตย์เลยนะเว้ย** 우리 부모님 이혼하셨을 때 난 일주일 동안 울었어.
	แต่มึงเชื่อกู เดี๋ยวมันก็ดีขึ้น 내 말 믿어. 곧 괜찮아져.
	บางทีอาจจะดีกว่าตอนที่อยู่ด้วยกันก็ได้นะเว้ย 어쩌면 같이 사는 것보다 나을 수도 있어.

4

끵 มึงรู้ป่ะ พ่อกูงานยุ่งมากเลยนะเว้ย
있잖아, 아빠는 일 때문에 늘 바쁘셨어.

แต่เค้าก็ไปส่งกูไปโรงเรียนทุกเช้า เพราะว่าไม่อยากให้แม่กูเหนื่อย
그래도 아침마다 날 태워 주셨지. 엄마가 힘들까 봐.

กูคิดมาตลอดเลยว่าเค้ารักกูกับแม่มาก
난 아빠가 나랑 엄마를 무척 사랑한다고 믿었어.

แต่ตอนนี้กูไม่รู้แล้วว่ารักจริงไหม
근데 우릴 정말 사랑하시는지 지금은 잘 모르겠어.

빰 ใครจะรักไม่รักมึงก็ไม่รู้นะเว้ย แต่กูรักมึงกิ๊ง
누가 널 사랑하는지 난 잘 몰라. 하지만 난 널 사랑해.

ไม่เป็นไร ๆ อยู่กับกูไปก่อนเนอะ
괜찮아. 내가 있잖아.

낑 ปาล์ม กูถามอะไรมึงข้อนึงได้ป่ะ แล้วกูจะไม่ถามอีก
빰, 뭐 하나 물어봐도 돼? 처음이자 마지막으로.

ที่มึงบอกว่ามึงรักกูเมื่อกี้ รักแบบไหนวะ
방금 넌 날 사랑한다고 했지. 그건 어떤 사랑이야?

ตอบก่อน
대답 먼저 해.

빰 กูรักมึงจริง ๆ นะกิ๊ง
정말로 사랑해.

มึงเป็นเพื่อนที่กูคุยแล้วสบายใจที่สุด ตั้งแต่กูเกิดมาละ
넌 속을 터놓을 수 있는 유일한 친구야. 내가 태어난 이후로.

เป็นเพื่อนกันน่ะนะ ไม่ต้องห่วงกัน ไม่ต้องหึงกัน
친구란… 서로 걱정할 필요가 없어. 질투하지도 않지.

ไม่ต้องทะเลาะกัน ไม่ต้องตามใจทุกเรื่องกันนะ
싸우거나 변덕 부릴 일도 없고.

ดีที่สุด
가장 좋은 건…

เป็นเพื่อนกันไม่ต้องเลิกกันนะเว้ย
친구는 헤어지지 않아.

낑 **อืม มึงไม่ต้องเอาคำคมเฟสบุ๊คมาปลอบกู**
알았어. 인터넷에서 주워들은 말로 위로하려 하지 마.

빰 **มึง**
낑.

낑 **ขอทำใจแปป**
생각 좀 정리해야겠어.

승무원 **ผู้โดยสารคะ รบกวนนั่งลงก่อนนะคะ**
손님, 앉아 주십시오.

5

빵 **ระวัง เค้าขอโทษ**
조심해! 미안해.

빰/낑 **สวยแล้วแป้ง เอาใหม่ ๆ**
잘했어! 다시 해 봐.

빰/낑 **เฮ้ย**
안녕.

빰/낑 **พูดตามกูทำไม**
왜 따라 해?

빰/낑 **เช้าฟาดผัดฟัก เย็นฟาดฟักผัด**
경찰청 쇠창살은 외철창살.

빰/낑 **ระนอง ระยอง ยะลา**
간장 공장 공장장은….

낑	เหี้ย ใครจะไปพูดได้วะ มึงแม่ง ใจร้ายอ่ะ 바보, 그걸 누가 따라 해? 정말 못됐어.
빰	มึงแหละใจร้าย 네가 더 못됐지.
	ไม่คุยกับกูแล้วยังเอาปิยะชาติมานั่งข้างกูอีก 나랑 말도 안 하고 피야찻이랑 앉게 하다니.
	ตีนแม่งโคตรเหม็นเลย คุยกับแม่งก็ไม่รู้เรื่อง คิดถึงเสียงด่ามึงว่ะ 걔는 발 냄새도 지독하고, 말도 이상하게 해. 네 잔소리가 그립다.
낑	เออ พรุ่งนี้กูย้ายโต๊ะกลับไปนั่งข้างมึงก็ได้ 알았어. 내일 네 옆자리로 갈게.
빰	เดี๋ยว มึงจะใช้กูทำอะไรอีกป่ะเนี่ย 잠깐, 이번엔 또 뭘 시키려고?
낑	กูคบกับพี่หลุยส์แล้วนะ 나 루이스랑 사귀어.
빰	เชี่ย เขาไปทำอีท่าไหนวะ มึงที่ยอมเนี่ย 세상에! 걔가 널 어떻게 꼬셨어?
낑	ความหลับ 비밀이야.
빰	จ้า มีแฟนแล้วมีความลับกับเพื่อน 그러거나 말거나. 남자 생기니까 비밀도 만드네.
낑	จ้า เป็นเพื่อนกันก็ดีอยู่แล้วเนอะ เออ กูไปล่ะ 그러거나 말거나. 친구면 됐지, 안 그래? 좋아, 난 가야겠다.
빰	เออ บาย 그래, 가라.
낑	ป่ะ 가자.
루이스	คอร์ดใหม่ 새 코드야.

빰   **เป็นเพื่อนกันมันก็ดีอยู่แล้ว**

친구면 됐지.

ทำไมฟังประโยคนี้แล้วมัน เจ็บจี๊ดขึ้นมาซะงั้นก็ไม่รู้นะฮะ

이 말을 들었을 땐 왜 마음이 아픈지 몰랐어요.

ความรู้สึกนั้นมันก็ฟ้องเลยฮะ ว่าผมหึงมัน

그 감정은 모순이었죠. 질투심이었어요.

ทั้งที่ผมขอเป็นเพื่อนกับมันเองแท้ ๆ

하지만 제가 먼저 확실하게 선을 그었는걸요.

버디3   **คนไหนเหรอครับ**

누군데요?

빰   **นู่นน่ะครับ ที่ร้องเพลงอยู่บนเวที**

무대에서 노래 부르는 여자요.

6

노래 가사   *แล้วยังไง ๆ พอดูรวม ๆ แล้วมีเสน่ห์เหลือเกิน*

뭐 어쩌라고. 그녀는 너무 매력적이야.

ไม่ต้องมาเขิน ฉันพูดจริง ๆ

수줍어 하지 마. 그게 사실인걸.

버디2   **ดูมีเสน่ห์จริง ๆ ด้วยนะครับ**

정말 매력적이네요.

노래 가사   *เธอน่ารักไปไหน อยากจะได้แอบอิง*

어쩜 이리 귀여울까. 네 곁에 있고 싶어.

버디1   **แต่ผมเข้าใจคุณนะ เพราะของผมก็มา**

그 마음 이해해요. 저도 같은 경우예요.

แล้วมันก็เต้นกับแฟนมันอยู่หน้าเวทีตอนนี้เลย

남자 친구랑 춤추고 있죠.

คือเราสนิทกันมานาน แต่มัน ช่างไม่รู้อะไรบ้างเลย
오랫동안 친구로 지냈죠. 근데… 잰 내 맘 몰라요.

빰 เหมือนเรื่อง เพื่อนสนิทเลยนะครับ
영화 '디어 다칸다'처럼요?

버디1 ไม่เหมือนหรอกครับ ไข่ย้อยอ่ะ พอโดนดาการดาปฏิเสธ
아뇨! 거기서 주인공은 다칸다에게 차였을 때

ใจแข็ง หนีไปทะเล แล้วก็มีแฟนใหม่
씩씩하게 해변으로 가서 새 여자를 만나죠.

แต่ผมอ่ะไข่ฝ่อ พอโดนปฏิเสธ แค่จะหนียังไม่กล้าคิดเลยครับ
전 차였을 때 돌아서지도 못했어요.

모두 ผมเข้าใจ ๆ
이해해요.

버디2 ของผมก็เหมือน ๆ กันอ่ะครับ เค้ายังลืมแฟนเก่าไม่ได้
저도 마찬가지예요. 이전 남자 친구를 여전히 못 잊더라고요.

แล้วบอกให้ผมรอในฐานะเพื่อนไปก่อน
저보고 친구로 남아 달래요.

เหมือนหมาเลยครับ ที่มันรักเจ้าของได้แค่คนเดียว
마치 개가 주인에게만 충성하듯이요.

버디3 ผมเข้าใจครับ ๆ
이해해요.

버디2 ขอบคุณมากครับ ๆ
정말 고마워요.

버디3 ของผม เค้าบอกว่ายังไม่อยากมีแฟนครับ
제 친구는… 누굴 사귈 준비가 안 됐대요.

อยากเรียนให้จบก่อน
졸업하기 전에는요.

빰 แล้วนี่เขาใกล้จบยังครับ
아직 졸업 안 했어요?

버디3 **เพิ่งสมัครโทใบที่สอง แล้วเห็นว่าจะต่อเอกด้วยครับ**
석사과정에 또 들어간대요. 박사까지 할 거래요.

เจอพวกแล้วครับ
우린 다 동시네요!

버디1 **ก็ดันไปชอบเค้า**
죄다 짝사랑이군요.

버디3 **อืม**
맞아요.

버디2 **แต่เค้าก็ดันให้เราเป็นเพื่อน**
친구 이상은 아니래요.

버디3 **ใช่**
젠장.

빰 **แล้วเราก็เสือกยอม**
이제 받아들입시다!

버디1 **แต่ Friend Zone 1 ปีแล้วครับผม**
프렌드 존에서 1년!

버디2 **3 ปี ครับ**
3년!

버디3 **5 ปี ครับ**
5년!

빰 **10 ปี ครับ**
10년!

버디2 **เดี๋ยวนะคุณ 1 ทศวรรษเลยนะครับ**
잠깐! 10년?

버디1 **นี่คุณรอเค้ามาตลอด 10 ปีเลยเหรอ**
10년을 줄곧 기다렸어요?

빰 **ก็ไม่ถึงกับรอหรอกครับ**
기다린 건 아니에요.

7

빰 **แป้ง พี่ขอโทษนะแป้ง**
빵, 미안해.

빵 **ขอโทษอะไรอีก**
뭐가 미안한데.

빰 **ช่างมันเถอะแป้ง เอาเป็นว่าพี่ขอโทษนะ พี่ขอโทษจริง ๆ**
내가 잘못했다고 치자. 정말 미안해.

빵 **ถ้าพี่ปาล์มจะหายหัวไปขนาดนี้ก็หาย ๆ ไปเลยเหอะ**
이렇게 잠적할 거면 그냥 꺼져버려!

빰 **เดี๋ยว ๆ แป้ง โอ๊ย**
빵, 잠깐….

전 여자 친구1 **ปาล์ม กับน้องรหัสมึงคุยกันแบบนี้เหรอ**
빰! 넌 친구랑 이런 얘기도 하니?

มึงไปคบกันเลยไป
이럴 거면 걔랑 만나!

빰 **เดี๋ยว ๆๆ**
잠깐만!

전 여자 친구2 **ขอให้เราหมดเวรหมดกรรมกันสักทีนะคะ**
이제 제발 끝내게 해 주세요.

빰 **คืออาตมา**
난….

전 여자 친구3 **ฉันจะบอกอะไรให้นะปาล์ม**
한마디만 할게.

คนอย่างเธออ่ะ ไม่มีวันได้เจอความรักดี ๆ หรอก
너 같은 인간은 진정한 사랑 못 해.

낑 **แม่งเอ้ย คบกันมานานขนาดนี้ไม่มีความหมายเลยหรือไงวะ**
빌어먹을! 나랑 함께했던 시간이 걔한테 의미가 있을까?

빰 **มีดิ**

당연하지.

낑 **มีเหี้ยอะไร**

뭔데.

빰 **ความทรงจำดี ๆ ที่ซาวันน่าปาร์คไง**

사바나 공원에서의 추억이 있잖아.

낑 **รูปคู่ก็ตั้งอยู่ ยังกล้าเอากันตรงนี้เลย**

커플 사진이 멀쩡히 있는데 여기서 그 짓을 했어!

นี่มันไม่ใช่ผ้าห่มกู มึงเป็นเป็นเพื่อนกูจริงไหมเนี่ยฮะ

내 담요 아니야. 너 내 친구 맞니?

빰 **กูไม่ได้นอนมึงนิ จะรู้ได้ไงอ่ะ**

같이 자지도 않는데 어떻게 알아?

낑 **นั่งเลยไป กูเก็บเอง**

가서 앉아. 나 혼자 할래.

빰 **แล้ว กิ๊งจะผ่านไปด้วยดี แล้วใจของกิ๊งจะเปลี่ยนไป**

낑은 잘 이겨낼 거야. 상처는 곧 아물고,

แล้ววันหนึ่งพี่หลุยส์จะหายไป

루이스를 잊게 되겠지.

แม้วันนี้โต๊ะยังตั้งอยู่ แม้ว่าโต๊ะจะยังไม่หาย

탁자는 그대로 있지만, 비록 탁자는 여기 있지만,

เดี๋ยวกูโยนทิ้งให้ แต๊งกิ้ว

내가 널 위해 버려 줄게. 감사합니다.

8

빤 **นี่น้องกิ๊ง ผู้ชายเนี่ยนะ แรก ๆ เนี่ยมันก็จะดีกับเรา**

낑, 있잖아. 남자들은 처음엔 다 잘해줘.

อยู่ข้าง ๆ เรา ดูแลเรา

여자 곁에 있으면서 잘 보살펴주지.

แต่สุดท้ายนะ มันก็หลอกเราอยู่ดีนั่นแหละ

하지만 결국에는 다 바람피워.

สันดานผู้ชายมันไว้ใจไม่ได้

남자의 본성을 믿으면 안 돼!

เชื่อพี่เหอะ พี่เจอมาเยอะ เจ็บมาเยอะ

내 말 들어. 내가 많이 겪어봤어. 다 겪었다고.

อย่าไปมีมันเลยวะไอ้ความรักเนี่ยฮะ

사랑 따위에 목매지 마.

빰   พี่ปานครับ คือเพื่อนผมก็เป็นแค่ผู้จัดการพี่ครับ

빤 누나. 낑은 그저 매니저잖아요.

ต้องให้มันขึ้นคานเป็นเพื่อนพี่ด้วยเหรอครับ

누나 독신녀 모임에 낄 필요 있어요?

낑   อีปาล์ม มึง

빰, 그만해!

빰   พี่ปานบอกเองไม่ใช่หรอครับ

누나 노래에도 있잖아요.

ว่าความเหงาเป็นขั้วบวกขั้วลบ หนุ่มสาวก็ควรได้พบรักกันซีครับ

'외로움은 상대적이니 젊은이들은 사랑을 찾아야 해'

빤   ท่อนนั้นน้าแอ๊ดร้องนำ ฉันแค่ร้องประสานเว้ย

그 부분 애드님이 불렀어. 난 코러스만 했다고.

น้องกิ๊งเปิดเพลงมาเลย พี่พร้อมแล้ว อารมณ์มันได้ละ

낑, 노래 틀어줘. 준비됐어. 느낌이 와.

낑   หนูเห็นด้วยกับพี่ปานค่ะ

빤 언니 말이 맞아요.

หนูแม่งไม่อยากมีความรักอ่า เข็ด

이제 사랑 같은 거 안 할래. 지겨워.

낑	**มองไร** 왜?
빰	**มึงเข็ดกับความรักให้จริง ๆ เหรอวะ** 정말 이세 사랑 안 해?
낑	**กูก็ตอบเอาใจพี่ปานไปงั้นแหละว่ะ** 그냥 편들어주느라 그랬지.
	เอาจริง ๆ กูยังเชื่อนะเว้ยมึงมันต้องมีผู้ชายดี ๆ ที่รอกูอยู่ 어딘가는 내 배필이 있다고 믿어.
버디1	**เสร็จโจร** 치사한 사람.
버디2	**คุณ เค้าพูดกับคุณขนาดนี้เนี่ย ผมว่าเคลมเค้าได้แล้วมั้ง** 이봐요. 그렇게 꼬시는데 도장만 찍으면 되겠네요.
빰	**แม่งไม่ได้หมายถึงผม** 절 뜻한 게 아니었어요.
버디3	**ขอโทษครับ** 미안해요.
낑	**เท่เนอะ** 멋있지?
빰	**กูว่าเท่ไป** 쓸데없이 멋있네.
낑	**สรุปกูย้ายไปอยู่กับเค้าแล้วนะ** 나 테드랑 동거해.
빰	**อ่อ คือมึงเป็นผู้จัดการเค้า** 그래? 네가 테드 매니저니까.
	จะได้ไปกลับด้วยกันสะดวกดีอะไรอย่างงี้ 그래야 일하기 편하겠지?

낑	เปล่า กูติดผัวพอใจยัง
	아니, 붙어 있으려고.
빰	ดี ๆๆ ไม่ต้องเอาของไปเยอะเนอะ
	그런 것까지 말해줄 필요는 없는데.

9

낑	ไม่ร้องพี่เท็ด ไม่ร้อง
	나 노래 안 해.
	งานเพื่อนพี่เท็ดกิ๊งไม่รู้จักใครเลยจริง ๆ ไม่เอาอ่ะ
	여기 아는 사람도 없잖아. 싫어.
테드	น่า เพลงเดียว ร้องคู่เพื่อนพี่
	딱 한 곡만. 내 친구랑 듀엣으로.
낑	ไม่เอา เอาอีปาล์มไปร้องสิ งานรุ่นพี่แอร์มันไม่ใช่เหรอ
	싫어. 그럼 빰 데려가. 파티 호스트가 빰 회사 선배잖아?
테드	แต่นี่นิวจิ๋วเลยนะ
	네가 좋아하는 노랜데?
낑	เพลงอะไรอ่ะ
	어떤 거?
빰	เออ มึง เอาหน่อยน่า กูจะได้ถ่ายคลิป
	그냥 가서 불러. 내가 찍어 줄게.
낑	อย่ามา มึงจะถ่ายคลิปนักร้องอ่ะดิ
	여가수 영상 찍으려고 그러지?
테드	เพื่อนพี่เอง เอาเบอร์เปล่า
	내 친군데 번호 줄까요?
낑	อย่าไปให้มัน หญิงเยอะจนจำชื่อไม่แล้ว
	주지 마. 여자가 너무 많아서 번호를 기억도 못 해.

빰	เห้ย แต่กูจำหน้าได้ทุกคนนะเว้ย
	그래도 얼굴은 기억한다고.

테드	ไอดอลชัด ๆ เลยครับเนี่ย
	분명 내 우상이시라니까.

낑	พี่เท็ด นี่แหน่ะ อย่าทำตามเข้าใจไหม
	테드, 이상한 거 배우기만 해 봐.

테드	เข้าใจครับ
	알았어.

낑	อย่าเลยนะ
	절대 안 돼.

테드	รับทราบครับกุ๊งกิ๊ง โห ไม่ทำตามหรอก
	알았어, 낑. 절대 안 그럴게.
	นะครับ กุ๊งกิ๊งครับ เพลงเดียว ร้องคู่เพื่อนพี่ เพื่อนพี่รออยู่นะ
	낑, 한 곡만 불러줘. 친구가 기다린다고.

낑	ไม่เอา
	싫어.

빰	กุ๊งกิ๊ง อะไรของมึง
	그만 좀 징징대.

낑	มึง เติมเบียร์ให้หน่อย เดี๋ยวกูมา เพลงเดียวนะพี่เท็ด
	빰, 잔 좀 채워줘. 금방 올게. 한 곡만 부르고.

빰	เดี๋ยวกูเติมให้เต็มเลยจ้า
	넘치도록 채워줄게.

버디2	เติมบ่อยนะครับ
	또 드세요?

버디3	ผมเห็นคุณก็มาเติมรอบที่สองแล้วเปล่าครับ
	벌써 두 번째 오셨네요.

버디2	แล้วสองแก้วนี่ดื่มคนเดียวเลยเหรอครับ
	두 잔 다 드시게요?

버디3	เปล่าครับ
	아뇨.
	อีกแก้วนึงเพื่อนเค้าฝากมาเติมอ่ะครับ
	한 잔은 친구가 부탁한 거예요.
버디2	ผมก็ เพื่อนฝากมาเติมเหมือนกันน่ะครับ
	저도 친구가 채워 달라고 부탁했어요.
버디3	สงสัยไหมครับว่าทำไมเพื่อนเค้าไม่มาเติมเองน่ะ
	왜 자기들이 직접 하지 않죠?
버디2	เป็นคำถามที่จี้ใจเหมือนกันนะครับ
	좋은 질문이에요.
	เพื่อนผมเค้าเต้นอยู่กับแฟนน่ะครับ
	남자 친구랑 춤추느라 바쁘거든요.

10

버디3	คุณเป็นเพื่อนที่ดีนะครับ แต่ดีเกินไปเปล่าครับ
	좋은 친구네요. 너무 좋아서 탈이죠.
	ดีกับเค้าแล้วเราเจ็บเอง
	착하게 굴기 힘들어요.
	คุณเสียใจมาก
	상처받았군요.
	รู้ตัวไหมอ่ะ คุณดูหน้าตัวเองดิ
	당신 얼굴을 봐요.
	ผม ผม
	저… 저는….
버디2	อย่าบอกนะครับ ว่าคุณก็เป็นเพื่อนที่ดี
	괜찮아요. 그쪽도 좋은 친구잖아요.

버디3 **ผมว่าเรามีเรื่องต้องคุยไปอีกยาวแล้วครับ**
우리 할 얘기가 많겠어요.

버디2 **คุณครับ คุณครับ**
저기요, 저기요!

빰 **ครับ**
네?

버디2 **ให้เพื่อนเหรอครับ**
친구 줄 술이에요?

빰 **อ่อ ผมดื่มเองสองแก้วครับ**
그게… 제가 다 마시려고요.

버디3 **เค้าดื่มเยอะเนอะ**
술고래네.

버디2 **คงงั้นนะฮะ**
그러게요.

버디3 **ผมมาก่อนฮะ โทษ**
제가 먼저 왔어요.

노래 가사 ***ไม่รักไม่ต้องมาแคร์ ไม่ต้องมาดีกับฉัน***
날 사랑하지 않는다면 친절하게 굴지 마.

ไม่รักไม่ต้องมาหวง ไม่ต้องมาห่วงใยฉัน
날 사랑하지 않는다면 신경 쓰지 마.

ไม่รักไม่ต้องมาทำอะไร ๆ ทั้งนั้น
사랑이 아니라면 아무것도 하지 마.

เพราะใจฉันยังอ่อนแอ
난 마음이 약하니까.

ไม่รักไม่ต้องมาโทรมาถามสบายดีไหม
날 사랑하지 않는다면 안부전화도 하지 마.

เพราะเสียงเดิม ๆ ของเธอมันทำให้ยิ่งปวดใจ

목소리 듣는 것만으로도 날 고통스럽게 하니까.

หยุดได้ไหมซักที

제발 그만해.

ถ้าไม่รักก็ปล่อยกันไป

사랑이 아니라면 날 보내줘.

หยุดได้ไหมซักที

제발 그만해.

ถ้าไม่รักก็ปล่อยกันไป

사랑이 아니라면 날 보내줘.

테드	**นิ่ง ๆ นิ่งไว้ ๆ** 그대로 있어.
빰	**อย่าเพิ่งขยับ เจ็บตรงไหนคะ** 아직 움직이지 마. 어디 다쳤어?

11

테드	**เจ็บมากไหมเนี่ย** 많이 아파?
낑	**โอเคค่ะ ไหวอยู่** 난 괜찮아. 견딜만 해.
빰	**หมอดัดนิดเดียวก็กลับมาเต้นได้แล้ว** 춤추는 데 문제없을 거야.
간호사	**ขึ้นได้แค่คนเดียวนะครับ** 한 사람만 타세요.
낑	**ปาล์ม ไปกินเบียร์ต่อไป** 빰, 가서 맥주나 마셔.

รู้ตัวไหมอ่ะ ไม่ต้องห่วงกู พี่เท็ดคะ

내 걱정하지 말고.

테드 | เดี๋ยวพี่อัพเดตนะปาล์ม

연락할게요.

빰 | ผมรู้ดีแหละครับ ว่ามันมีเส้นแบ่งระหว่างเพื่อนกับแฟนเอาไว้

친구와 남자 친구는 종이 한 장 차이죠.

คือมันก็อึดอัดมากอ่ะครับ

프렌드 존은 매우 답답해요.

ที่ต้องมาอยู่ใน Friend Zone แบบนี้ มันเหมือนใกล้

이렇게 프렌드 존에 있는 게 가까운 것 같지만

ความจริงแล้วแม่ง โคตรไกลเลยว่ะ

실제로는 매우 먼 사이죠.

버디2 | ผมเข้าใจคุณนะครับ

공감해요.

ทุกวันนี้เนี่ย มันคุยโทรศัพท์กับผมเป็นชั่วโมง

통화를 몇 시간씩 해도

แต่มันพูดแต่เรื่องผู้ชายคนอื่น

다른 남자 이야기뿐이죠.

모두 | เออ

맞아요.

버디1 | บอกว่าอยู่กับเราแล้วสบายใจ

내가 편하다고 하면서

แต่พอไปเที่ยวไปกับใคร แม่งไปกับแฟน

여행 갈 땐 남자 친구랑 가잖아요.

버디3 | บอกว่ารักเราทุกวัน บอกว่าคิดถึงกันทุกคืน

사랑한다고 잘도 말하죠. 매일 밤 보고 싶다고도 하고.

แต่แม่งก็ไม่เลือกกู

그런데 곁을 주지 않아요.

| 버디1 | **Friend Zone แม่ง คุกดี ๆ นี่เอง** |
| | 프렌드 존은 감옥이나 마찬가지예요! |

| | **นี่คุณทนมาได้ไงตั้ง 10 ปีวะ** |
| | 어떻게 10년이나 견뎠죠? |

| 빰 | **เออ ทนไม่ไหวหรอก เลยข้ามเส้นแม่งเลย** |
| | 맞아요. 더는 못 하겠어요. 난 선을 넘었어요. |

| 모두 | **ข้ามแม่งเลย** |
| | 선을 넘었어! |

| 버디2 | **กูไม่อยากเป็นเพื่อน กูอยากเป็นผัว** |
| | 친구가 아니라 남편이 되고 싶다! |

| 버디3 | **เดี๋ยว ๆๆ นี่คุณข้ามเส้นแล้วเหรอ** |
| | 잠깐만요. 이미 선을 넘었어요? |

| 노래 가사 | *รักไม่ยอมเปลี่ยนแปลง* |
| | *사랑은 변치 않아.* |

| 빰 | **ก็พอโอกาสมา มันก็ต้องลองเสี่ยงดูแหละครับ** |
| | 기회가 오면 위험도 감수해야 해요. |

12

| 우이 | **มั่วเปล่าเนี่ย** |
| | 지어내는 거야? |

| 빰 | **ไม่เชื่อก็ตามใจ** |
| | 자긴 안 해도 돼. |

| 우이 | **แล้วขอว่าอะไรอ่ะ ทำไมมีชื่อ อุ้ย ด้วย ขอว่าอะไร** |
| | 무슨 소원 빌었어? 내 이름 들리던데. 뭐라고 빌었어? |

| 빰 | **แปปนึงนะน้องอุ้ย** |
| | 잠깐만. |

ฮัลโหล เป๋ ถอดเฝือกยังวะ
여보세요? 사고뭉치. 깁스는 풀었어?

낑 มึง กูอ้วกอ่ะ เมนส์ไม่มาด้วย
빰, 나 계속 토하고, 생리도 안 해.

กูน่าจะท้องว่ะ
임신했나 봐.

빰 แล้วนี่มึงอยู่ไหนวะ
지금 어디야?

낑 กูอยู่มาเลย์อ่ะ
말레이시아.

빰 ห๊ะ
뭐?

อุ้ย ขอโทษครับ ทำเชี่ยอะไรมาเลย์วะ
죄송합니다. 거기서 뭐 해?

낑 มึงอยู่ไหนอ่ะ
넌 어디야?

빰 กูอยู่พม่า แล้วพี่เท็ดอ่ะ
미얀마. 테드는?

낑 กูมาคนเดียว มึงมาหากูหน่อยดิ
혼자 왔어. 와줄 수 있어?

빰 นี่เรียกกูอย่างกับสุขุมวิทไปจรัญ
수쿰빗에서 짜란 가는 것처럼 말하네.

낑 กูไม่รู้จะทำไงต่อไปแล้วว่ะ
어떻게 해야 할지 모르겠어.

빰 ใจเย็น ๆ เดี๋ยวกูโทรกลับนะ
진정해. 다시 전화할게.

우이 พี่ปาล์มบอกได้ยัง ตกลงขออะไร
빰, 이제 말해줘. 무슨 소원이었어?

빰   **ขอกลับก่อนนะ**
여길 떠나게 해달라고.

노래 가사   *มาเลย์ ๆ*
말레이시아.

     ฉันอยากหาเธอ
네가 보고 싶어서

     ซื้อตั๋วบินไป
비행기를 타고

     กัวลาลัมเปอร์
쿠알라룸프르.

낑   **มึงมาจริง ๆ ด้วยอ่ะ**
진짜 와줬구나!

빰   **กูว่านี่พุงแล้วไม่ใช่ท้อง**
과식 때문에 그래. 임신일 리 없어.

낑   **พุงเชี่ยอะไร กูกินอะไรไม่ได้เลยนะเว้ย**
무슨 과식? 먹지도 못하는데.

     กูซื้อที่ตรวจมาละ แต่ยังไม่กล้าตรวจ
테스트기를 샀는데 해 보기가 무서워.

     รอมึงมาอ่ะ
너만 기다렸어.

     อยู่ไหนวะ หายไปไหนวะ
어딨지? 어디로 갔지?

빰   **กิ๊ง สติ ในมือมึง**
낑, 정신 차려. 손에 있잖아.

낑   **กู ไปตรวจละนะ**
나… 지금 해 볼래.

13

빰 **แล้วนี่มึงบอกพี่เท็ดยังอ่ะ**
테드한테는 말했어?

낑 **กูบอกมึงแค่คนเดียวอ่ะ**
너만 알아.

ฉี่ไม่ออกอ่ะ
소변이 안 나와.

빰 **มึงไปเบ่งใหม่ดี ๆ**
힘을 줘.

낑 **โอ้ย กูเบ่งไม่ออกมึง**
안 나온다고.

빰 **เดี๋ยวกูช่วย มึงจะขมิบทำไม**
도와줄게. 마려우면서 뭘.

낑 **กูไม่ได้ขมิบกูเบ่งอยู่**
억지로 쥐어짜는 거야!

빰 **แปลว่าอะไรวะ**
무슨 뜻이야?

낑 **ไม่ท้องโว้ย**
임신 아니야!

빰 **กูบอกแล้วว่าพุง แล้วทำไมมึงถึงอ้วกวะ**
그것 봐. 과식 맞네. 왜 토했어?

낑 **กูคง เครียดไปหน่อยมั้ง**
아마… 스트레스 때문인가 봐.

빰 **มึงทะเลาะกับพี่เท็ดเหรอ**
테드랑 싸웠어?

낑 **คือ ช่วงนี้กูกับพี่เท็ดอ่ะ รับทำเพลงโฆษณาของ King Power เว้ย**
그게… 킹 파워 광고 음악을 만들고 있거든.

แล้วมันเป็นเพลงของปาล์มมี่
빠미 노래야.

ที่มันต้องร้องหลาย ๆ ภาษา
여러 외국어로 불러야 해서

ก็เลยต้องบินไปอัดเสียงนักร้องหลาย ๆ ประเทศ
외국 가수들이랑 녹음했어.

แล้วกูเจ็บขาไง ก็เลยไปด้วยไม่ได้
난 다리 때문에 못 따라갔지.

พี่เท็ดก็เลยต้องบินไปลาวคนเดียว
그래서 테드 혼자 라오스에 갔어.

แล้วเค้าก็ไปเวียดนาม ไปต่อที่ฟิลิปปินส์
그러고는 베트남에 갔지. 다음은 필리핀이었어.

แล้วก็มาที่มาเลเซีย
다음은 말레이시아야.

14

낑 นักร้องเนี่ย สาว ๆ สวย ๆ ทั้งนั้นเลยนะ
여가수들이 죄다 어리고 예뻐.

แต่พี่เท็ดเค้าก็เป็นคนดี๊ดี
테드는 정말 좋은 남자야.

กูก็ไว้ใจเค้า นี่กูไม่ได้งอแงอะไรเลยนะเว้ย
난 테드를 믿으니까 어린애처럼 굴면 안 돼.

빰 อวดผัวทำไม เข้าเรื่องยัง
허풍은 그만 떨고, 본론만 말해.

낑 มานี่ มึงลุกขึ้นมา ๆ
일어나, 가까이 와.

พออัดเสียงที่มาเลย์เสร็จ พี่เท็ดก็บินไปอินโด

테드는 말레이시아에서 녹음을 마치자마자 인도네시아로 갔어.

คราวนี้ก็บินตามไปด้วย

거기서 만나기로 했지.

빰 ทำไมทีอย่างงี้มึงตามไปอ่ะ

넌 왜 갔는데?

낑 ก็ กูคิดถึงแล้วอ่ะ มึงอย่าเพิ่งแทรกดิ

보고 싶으니까. 말 끊지 마.

พอไปถึงอินโดมึงรู้ไหมว่ากูเจออะไร

인도네시아에서 무슨 일이 있었게?

테드 หูฟังอันนี้ไม่ดีเลยอ่ะ

헤드폰이 별로야.

กิ๊งคะ ช่วยหยิบหูฟังอันใหม่ให้พี่เท็ดหน่อยเร็ว

낑, 새 헤드폰 좀 줄래?

ในกระเป๋าอ่ะ

가방 안에 있어.

낑 ซื้อใหม่อีกแล้วเหรอเนี่ย พี่เท็ดมีกี่หูเนี่ย

새로 또 샀다고? 귀가 도대체 몇 개람?

테드 อยู่ในกล่องสีกรมนะ

파란색 상자 안에 있어.

낑 นี่เหรอคะ ทำไมให้อ่ะ

이거? 시계는 왜?

테드 ก็รักอ่ะ

사랑을 위하여.

낑 กูเซอร์ไพรส์มากนะเว้ย เค้าซื้อนาฬิกาคู่มาให้กู

난 너무 놀랐어. 커플 시계를 사오다니.

ทั้ง ๆ ที่มันไม่ใช่วันเกิดกู วันครบรอบหรือว่าวันสำคัญอะไรเลย

내 생일이나 기념일도. 무슨 중요한 날도 아닌데 말이야.

กูหยุดคิดไม่ได้เลย
의심이 들었어.

เค้าเหมือน คนที่ไปทำความผิดอะไรไว้แล้วมาทำดีกลบเกลื่อนอ่ะ
죄지은 게 있어 그러는 건가 싶어서.

กูก็เลย แอบเช็คอะไรนิดหน่อย
그래서… 뒷조사를 좀 했지.

15

깽 พี่เท็ดเข้าไปอธิบายข้างในสิคะ จะได้เคลียร์
들어가서 얘기해. 그래야 분명하게 잘 들리지.

테드 เออ จริงของคุณ เก่งนะเราอ่ะ
그래. 좋은 생각이네. 아주 똑똑해.

깽 กูลองค้น chat พี่เท็ดดู แต่ก็ไม่มีอะไรผิดสังเกต
휴대 전화를 뒤졌는데 별다른 게 없었어.

กูเลยลองค้นกระเป๋าตังค์พี่เค้า
지갑도 뒤졌어.

มึงรู้ป่ะ ว่ากูเจออะไร ใบเสร็จร้านอาหารในมาเลย์
뭐가 나온 줄 알아? 말레이시아 식당 영수증이야.

빰 กูนึกว่ามึงเจอยกทรง
난 또 여자 속옷이라고.

นี่มึงบินกลับมาเพราะใบเสร็จแค่นี้อ่ะนะ
영수증 때문에 여기까지 왔어?

มึงเป็นเศรษฐีเหรอ
너 돈 많아?

깽 เงินกู เรื่องของกู มึงอ่านชื่อเมนูอ่าน
내가 알아서 해. 주문 내역 좀 봐.

빰 แฮมเบอร์เกอร์ เบียร์ แล้วไงวะ

햄버거랑 맥주. 이게 뭐?

낑 อันนั้นพี่เท็ดกิน อ่านต่อ

그건 테드가 먹은 거야. 계속 읽어.

빰 ซีซ่าสลัด ช็อคโกแลตลาวา สตอเบอรี่ คาโมมาย

시저 샐러드, 초콜릿 케이크, 딸기 캐모마일 차.

빰 แล้วมึงคิดว่าพี่เท็ดพาใครมากินล่ะ

테드가 누구랑 온 거 같아?

낑 กูสงสัยนักร้องว่ะ น่ารักกว่ากูด้วยไง อะ มึงดู

여가수겠지. 나보다 예뻐. 이것 봐.

빰 ไหน ใครจะน่ารักไปกว่ามึง เออ จริงว่ะ

누가 너보다 예쁜지 어디 좀 보자. 정말 그러네.

빰 กูงงละใคร come ไม่ come

누가 왔고 안 왔는지 도통 모르겠네.

낑 กูว่า จอยซ์ชู มาแต่พนักงานจำไม่ได้

분명 왔는데 직원들이 기억을 못 하나 봐.

빰 เค้าอาจจะมากินข้าวแล้วก็แยกย้ายกันกลับบ้านก็ได้

저녁만 먹고 헤어졌을 수도 있지.

มึงอ่ะ ไว้ใจเค้าหน่อยดิ

그냥 믿어.

낑 แล้วทำไมพี่เท็ดต้องทำตัวรู้สึกผิดด้วยวะ

그럼 테드가 왜 죄책감을 느끼겠어.

มึง ไฟสลัวแบบนี้ เพลงซึ้งแบบนี้ มีผู้หญิงมานั่งจ้องตาแบบนี้

야, 이런 어두운 조명에, 발라드 음악이 흐르고, 여자가 눈을 지그시 바라보는데

มันจะไม่สปาร์คเหรอ

어떤 남자가 안 넘어가?

빰 กูไม่รู้ กูไม่ใช่พี่เท็ด

모르겠다. 난 테드가 아니니까.

16

빰 **ขออนุญาตรับสายหน่อยนะครับ**
전화 좀 받을게요.

ฮัลโหล คุณกุ๊งกิ๊ง กำลังจะกลับพอดีเลยครับ อย่าเพิ่งรีบนอนล่ะ
안녕, 우리 예쁜 낑. 이제 마침 출발하려고. 먼저 자면 안 돼.

เดี๋ยวคืนนี้พี่เท็ดดี้จะกลับไปคุยกับน้องกุ๊งกิ๊งก่องแก้วทั้งคืนเลย
집에 가면 우리 자기랑 밤새 놀 테니까.

รอหน่อยนะครับ ครับ ๆๆ
기다려. 알았어, 알았다고.

ขอโทษนะครับคุณจ๊อยซ์
미안해요, 조이스.

คือ แฟนผมรออยู่ต้องขอตัวกลับก่อนนะครับ
여자 친구가 기다려서 가 봐야겠어요.

낑 **เหรอคะ แต่ว่าจอยซ์ยังสนุกอยู่เลยนะคะ**
정말요? 전 지금 너무 즐거운데요.

อยู่คุยต่อก่อนไม่ได้เหรอคะ นะคะ นะคะ ๆๆๆ
조금만 더 있으면 안 될까요? 제발, 제발요. 네?

빰 **อย่าเลยครับ คือผมมีแฟนแล้ว**
이러지 마세요. 저 여자 친구 있어요.

แม้ว่านมจะแบนไปหน่อย แต่ก็ผลิตจากธรรมชาติ ผมชอบครับ
가슴은 좀 납작하지만 자연산이니까 전 좋아요.

낑 **พี่เท็ด พี่เท็ดหนวดบางไปไหมคะ กูเติมให้**
테드 수염이 좀 부실한데 제대로 해 줄게요.

빰 **เห้ย อย่าเล่นของกิน**
음식가지고 장난하지 마.

낑 **ทีมึงอ่ะ ปาล์ม สกปรก**
너는 되고? 빰, 더러워.

빰   **ขั้นสุดท้าย เออ เก่งมาก ขี่หลังกูไหม**
마지막 계단이야. 잘했어. 업어줄까?

낑   **ไม่เอา เดี๋ยวมึงหลังหัก ส่งกูตรงนี้แหละ**
아니, 너 허리 다쳐. 혼자 가도 돼.

빰   **แล้วนี่มึงจะเอายังไงต่อ**
이제 어쩌려고?

낑   **จริง ๆ กูบอกพี่เท็ดว่า กูจะไปตรวจขาที่กรุงเทพอ่ะ**
사실 테드한테는 방콕에서 검진이 있다고 했어.

       แล้วก็คงบินตามเค้าไป
나중에 만나려고.

빰   **นี่มึงจะบินไปไหนอีก**
어디로 갈 건데?

낑   **พี่เท็ดอยู่เขมรอ่ะ**
테드는 캄보디아에 있어.

빰   **อย่าห้าวมากละกัน ดูสภาพตัวเองด้วย**
급하게 하지 마. 몸도 성치 않은데.

낑   **ขอบคุณมากนะมึง**
정말 고마워.

       ชาตินี้ไม่รู้จะหาเพื่อนดี ๆ อย่างมึงได้จากที่ไหนอีก
너처럼 좋은 친구는 다시 없을 거야.

빰   **รู้ตัวก็ดีแล้ว**
아니까 다행이다.

낑   **บาย**
잘 가.

17

빰 **กิ๊ง มึงทำอะไรเนี่ย**

깅? 뭐 해?

낑 **กูกลัวมึงรอรถคนเดียวนาน กูก็มาอยู่เป็นเพื่อนไง**

너 심심할까 봐 같이 기다려 주려고.

เห้ย เดี๋ยว อย่าเพิ่งไปดิ อยู่ก่อน

잠깐 기다려요! 아직 가지 마세요.

빰 **มึงนี่มันมึงจริง ๆ**

하여간 별나다니까.

낑 **อะ ลงมาเก้อเลยกู เออ ถึงห้องแล้วบอกกูด้วย**

괜히 왔네. 그럼… 도착해서 연락해.

테드 **กิ๊ง backing track พร้อมไหม**

낑, 배경음악은?

낑 **สักครู่ค่ะ**

잠깐만.

테드 **ไม่ต้อง cancel เค้าหรอก พี่ขอ 15 นาที**

할 수 있어. 15분만 줘.

노래 가사 ***อยากจะบอกให้เธอรู้***

당신에게 말하고 싶어요.

ว่าใจฉันนั้นมันกังวลแค่ไหน

내가 얼마나 불안한지

ก่อนจะพูดอะไรออกมา

무슨 말을 하기 전에

อยากจะขอให้เธอสัญญา

먼저 약속해 줘요.

ว่าเธอจะไม่ทำให้ฉันต้องเสียใจ

상처 주지 않겠다고.

씽 **ด่าหน่อยก็ได้นะ**

화내도 돼.

테드 **ด่าไม่ลงอ่ะ**

심장이 그러지 말래.

낑 **พี่เท็ด มีชุดนอนเหลือ ๆ ไหมอ่ะ กิ๊งลืมเอามาอ่ะ**

남는 잠옷 있어? 깜빡하고 안 챙겼네.

직원 **ขอบคุณครับ โอกาสหน้าเชิญใหม่ครับ**

감사합니다. 다음에 또 방문해 주세요.

우이 **เลือกให้หน่อยค่ะ ทริปหน้า**

다음 여행지 골라 봐.

빰 **เอิ่ม ไว้ก่อนได้ไหมอ่ะ ช่วงนี้พี่ยังไม่อยากไปไหนเลย**

나중에 가도 될까? 당분간 아무 데도 가고 싶지 않아.

우이 **โอเคค่ะ**

알았어.

빰 **อุ้ย พี่ขอโทษ**

자기야, 미안해.

คือช่วงนี้พี่บินเยอะ

비행을 너무 많이 해서

แล้วพี่ก็อยากพักนอนอยู่บ้านบ้างอ่ะ

집에서 좀 쉬고 싶어.

우이 **ชอบอยู่บ้านมากเลยเนอะ**

집에 있는 거 참 좋아해.

ตอนอยู่พม่าก็รีบกลับก่อน

미얀마에서도 일찍 갔잖아.

ทีแต่ก่อนบิน 6 แลนด์ เสร็จยังไปเที่ยวกันต่อได้เลย

여섯 번 연속 비행하고도 놀러 나갔던 사람이.

빰 **อะ ๆ ไปก็ไป อุ้ยลางานช่วงไหนไว้อ่ะ**

알았어. 가면 되잖아. 월차 언제 내려고?

우이   **ไม่อยากไปก็ไม่ต้องไปค่ะ**
가기 싫으면 안 가도 돼.

빰   **ให้พี่ไปส่งไหม**
데려다줄까?

우이   **ไว้ถ้าอยากไปเที่ยวคราวหน้า ค่อยนัดแล้วกันค่ะ**
다음에 여행 가고 싶어지면 연락해.

18

낑   **ว่าไง**
여보세요?

빰   **มึงอยู่ไหน**
어디야?

낑   **อยู่บ้าน มีอะไรอ่ะ**
집이지. 무슨 일이야?

빰   **งั้นมึงมองลงมาข้างล่างหน่อย กูอยู่หน้าบ้านมึงอ่ะ**
그럼 아래를 봐. 너희 집 앞이야.

낑   **คือมึงนึกออกป่ะ**
생각해 봐.

          พี่เท็ดอยู่เขมรคนเดียว เค้าจะซื้อถุงยางไปทำไม
캄보디아에 혼자 있는데 콘돔을 왜 샀을까?

빰   **เค้าก็ซื้อเผื่อไว้รึเปล่า**
그냥 샀겠지.

낑   **แต่มันใช้ไปแล้ว**
하나 사용했다고.

빰   **มึงถามพี่เท็ดยังอ่ะ**
물어봤어?

낑	ถามไปเดี๋ยวก็ดิ้นได้ กูว่าต้องเป็นนักร้องพวกนั้นแหละ

변명할 게 뻔해. 여가수 중 한 명이겠지.

กูจะไปดูให้เห็นกับตาเลย

직접 확인해야겠어.

빰	ฮะ กิ๊ง มึงบ้าเปล่าเนี่ย มึงเป็นโคนันยอดนักสืบจิ๋วรึไงวะ

뭐? 낑, 미쳤어? 네가 탐정 코난이야?

낑	ความจริงมีเพียงหนึ่งเดียว

진실은 단 하나야.

ส่งกูตรงนี้แหละ กูไปแล้วนะ ไม่ต้องห่วงกู

넌 그만 가. 안녕. 내 걱정하지 마.

빰	ให้พี่ช่วยไหมครับ

도와드릴까요?

낑	ขอบคุณมากเลยนะคะ

고맙습니다.

ถ้าฉันไม่ได้คุณเนี่ย ฉันต้องแย่แน่ ๆ เลยค่ะ

그쪽 아니었으면 곤란해질 뻔했네요.

빰	ยินดีครับ

별말씀을요.

낑	เท่สุด ๆ ไปเลยค่ะ

너무 멋있으세요.

19

낑	มึงรู้ป่ะ ขึ้นเครื่องบินทีไรเนี่ย กูคิดถึงมึงทุกทีเลย

있잖아, 비행기만 타면 네 생각이 나.

อยากเห็นสจ๊วตปาล์มตอนทำงานมาตั้งนานละ

승무원 빰이 일하는 거 보고 싶었거든.

มึง มึงบินตั๋วพนักงานใช่ป่ะ

빰, 비행기 탈 때 직원 혜택 있지?

แล้วมีตั๋วเพื่อนพนักงานป่ะ

친구 혜택도 있어?

빰 **อ่อ มีแต่ตั๋วให้แม่อ่ะ**

엄마만 돼.

낑 **แม่ผู้ให้กำเนิด**

친엄마?

빰 **แม่ของลูกจ้า อยากได้ป่ะล่ะ**

내 아이 엄마. 관심 있어?

낑 **เป็นมึงนี่ก็ดีเนอะ ไม่มีเรื่องให้ต้องเครียดอะไรเลย**

넌 좋겠다. 스트레스받을 일 없잖아.

빰 **ใครบอก ตอนเด็กที่มึงไม่คืนค่าตั๋วเชียงใหม่กู เครียดนะเว้ย**

누가 그래? 네가 치앙마이행 푯값 안 돌려줘서 스트레스받았어.

อดชวนหญิงไปดูหนังเป็นเดือนเลย

한 달 동안 영화 보러 가자고 여자 꼬시지도 못했어.

낑 **แล้วทำไมตอนนั้นมึงไม่ทวงกูล่ะ**

왜 달라고 말 안 했어?

빰 **พูดด้วยมึงยังไม่พูดกับกูเลย**

나랑 말도 안 섞었잖아.

ต้องให้หญิงเลี้ยงไอติมอีก เสียฟอร์มฉิบหาย

여자한테 얻어먹어서 얼마나 창피했는데.

เอามือมา อีกข้างนึง

손 줘 봐. 다른 손.

ที่ฮ่องกงอ่ะ เวลาเค้าเร็วกว่าเราชั่วโมงนึง

홍콩은 한 시간 빨라.

낑 **สาระแน**

누가 물어봤어?

낑	**มึง ผู้จัดการนักร้องออกมาแล้ว แสดงว่าใกล้เลิกแล้ว** 빰, 매니저가 밖에 있어. 거의 끝나가는 것처럼 보여.
	เหี้ย พี่เท็ด video call มาว่ะมึง เอาไงดีวะ 이런! 테드가 영상통화 걸었어. 어떡해?
빰	**มึงไม่ต้องรับดิ** 받지 마.
낑	**ไม่ได้มึง กูอยากเห็นว่าเค้าอยู่กับใคร** 안 돼. 누구랑 있는지 알고 싶어.

20

낑	**สวัสดีค่ะ** 안녕.
테드	**สวัสดีค่ะ คุณกุ๊งกิ๊ง อยู่ไหนคะเนี่ย** 안녕, 낑. 어디야?
낑	**อ่อ แปปนึงนะคะพี่เท็ด มึง อยู่ไหนดีวะ** 그게… 잠깐만, 젠장! 어디라고 하지?
빰	**ไอ้ที่เค้าขาย ขนมจีบ ซาลาเปา มึง ห้างทอง ๆ** 만두랑 찐빵 파는 데.
낑	**อ่อ อยู่เยาวราชค่ะ** 맞다, 노점상! 차이나타운이야.
	เพิ่งตัดเฝือกเสร็จก็เลยแวะมาหาอะไรกิน 깁스 풀고 방금 밥 먹으러 들렀어.
빰	**ขนมจีบ เสี่ยวหลงเปา** 만두랑 찐빵 나왔습니다.
낑	**ติ๋มซำค่ะ กินติ๋มซำ** 딤섬도 있어.

빰   ฮะเก๋า กับลูกชิ้นเนื้อ ลื้อจะเอาอะไรอีกไหมอ่ะ
새우 만두랑 비프볼입니다. 다른 필요하신 건 없나요?

낑   มีเผือกทอดไหมอ่ะคะ
구운 타로도 있어요?

빰   ที่มันรถของนึ่ง ไม่ใช่ของทอด
찜 요리만 있고 구이는 다 팔렸어요.

    มะกี้รถของทอดมาลื้อก็ไม่สั่งอ่ะ
구이는 좀 전에 나왔는데 왜 안 시키셨어요?

    เอาเกี๊ยวซ่าแทนไหม สุดยอดเลยนะ
교자는 어때요? 아주 맛있답니다.

낑   มีอะไรก็เอามาเถอะค่ะ ไอ้สัตว์
아무거나 주세요. 멍청이.

테드 สงสัยจะหิวจัด
그렇게 배고파?

    จะกินหัวเค้าเหรอคะ ไม่เอานะ
싸우면 안 돼.

낑   ขอโทษค่ะพี่เท็ด กิ๊งโมโหหิวไปหน่อย
미안. 테드. 너무 배고파서.

    แล้วนี่ อัดเสียงเป็นยังไงบ้าง เรียบร้อยแล้วเหรอคะ
근데… 녹음은 어때? 이제 다 끝났어?

테드 เสร็จแล้วค่ะ แบบ นักร้องนี่แบบ เด็ดมากเลยคนนี้
다 끝났어. 가수가 아주 끝내줘.

낑   นี่ยังอยู่กับนักร้องเหรอคะ
아직도 같이 있어?

테드 คุยไหม ๆ เจีย
얘기 나눌래? 지아.

테드 แล้วนี่กุ๊งกิ๊งกินเสร็จจะกลับบ้านเลยรึเปล่าคะ
밥 다 먹고 집에 갈 거야?

낑	กลับเลยค่ะพี่เท็ด แล้วพี่เท็ดล่ะคะ ไปไหนต่อรึเปล่า
	가야지. 자기는? 어디 또 가?
테드	ไม่อ่ะ พี่เท็ดว่าจะกลับไปโรงแรมเลยอ่ะ ไปนอนอ่ะ
	아니. 바로 호텔 가서 자야지.
	เพลียมากเลยค่ะ
	너무 피곤해.
	โอเค งั้นพี่เท็ดไม่กวนแล้วนะ กินต่อให้อร่อยนะคะ
	방해 안 할 테니 맛있게 먹어.
	แล้วเจอกัน
	끊을게. 안녕!
낑	บ๊ายบาย คิดถึงนะคะ
	안녕. 보고 싶어.

21

빰	พอใจยังอ่ะ กิ๊ง ๆ นักร้องมาว่ะมึง
	만족해? 낑. 그 가수야.
낑	คุยกับใครวะ
	누구랑 통화하지?
빰	มึง เค้ามองเราอยู่อ่ะ
	낑. 우릴 본다고!
낑	มีผู้หญิงอยู่บนรถ
	차에 여자가 있어.
빰	มึงรอกูด้วย กิ๊ง มึงใจเย็นก่อนดิวะ
	기다려! 낑. 진정해.
	แล้วมึงรู้เหรอว่าจะไปตามเค้าที่ไหนอ่ะ
	어디 가는지는 알고?

깡 กูจะไปดักรอที่โรงแรม
호텔에서 기다릴래.

깡 ฟ้อนบอกว่าพี่เท็ดยังไม่กลับมา
테드 아직 안 왔대.

빰 มึงสั่งมาทำไมเยอะแยะวะ
왜 이렇게 많이 시켰어?

깡 นี่ของมึง นี่ของกู
우리 둘이 하나씩 마시고,

อีกสองแก้วเอาไว้สาด เผื่อแม่งพากันมานอนไง
테드가 여자랑 나타나면 나머지는 뿌려버릴 거야.

빰 เชี่ย นี่มึงจะแทงเลยเหรอวะ
테드를 찌를 셈이야?

깡 กูจะเอามาตัดเฝือก
깁스 자르려고.

บอกพี่เท็ดว่าถอดไปแล้ว เดี๋ยวมันไม่เนียน
아까 풀었다고 했으니까.

빰 เอ้า แต่มึงเค้าแล้วนี่ว่ามึงอยู่เยาวราช
차이나타운이라고 했잖아.

깡 ก็กูมาเซอร์ไพรส์ไง ตัดเร็ว ๆ เถอะน่ะ
깜짝 이벤트라고 하면 되지. 빨리 잘라.

อะไร
왜?

빰 เป็นหนักนะมึง รู้ตัวเปล่าเนี่ย ทำไมกับคนนี้มึงคลั่งจังวะ
너 정상이 아니야. 알고는 있어? 왜 그렇게 집착해?

깡 มึงรู้ใช่เปล่า ว่ากูเป็นคนที่ไม่อยากแต่งงาน
너 내가 결혼하기 싫어하는 거 알지.

빰 เออ รู้
응. 알아.

낑 แต่กับคนนี้กูแม่งอยากแต่งไว ๆ เลยอ่ะ

근데 테드랑은 빨리 결혼하고 싶어.

มึงรู้ป่ะ กูฟังเพลงอะไรก็เห็นเป็นหน้าพี่เค้าตลอดเลย

있지, 어떤 노래를 들어도 테드 생각이 나.

กับพี่หลุยส์กูยังไม่เคยเป็นแบบนี้เลยนะเว้ย

루이스한테는 이런 감정 못 느꼈어.

빰 หลง

푹 빠졌네.

낑 มึง ยิ่งกว่าหลงอ่ะ

빰, 나 아주 홀딱 빠졌다.

22

낑 เวลาฟังพี่เค้าพูดเรื่องอนาคตนะ

테드가 우리 미래를 이야기할 때

กูแม่ง อยากวาร์ปไปตอนนั้นเลยอ่ะ

진짜 미래로 간 듯한 느낌이 들었어.

พี่เท็ดบอกว่า พี่เท็ดอยากมีลูกสามคน จะได้ตั้งวงดนตรี

아이는 셋을 갖고 싶대. 밴드 만들 수 있잖아.

คนแรกจะให้เรียนเปียโน คนที่สองจะให้เรียนไวโอลิน

첫째는 피아노를 시키고, 둘째는 바이올린….

빰 เพ้อสัดอ่ะมึง ก่อนแต่งใครก็พูดอย่างงั้นได้ทั้งนั้นแหละ

꿈도 크네. 다들 결혼 전에는 그런 소릴 하지만

แต่แม่งมันจะเป็นอย่างที่พูดเปล่าเหอะ

어떻게 될지는 아무도 모르지.

낑 จริง ๆ แต่งงานมันก็ดีนะเว้ยมึง

사실, 결혼은 좋은 거야.

แม่กูบอกว่า

엄마가 그러셨어.

ถ้าเกิดว่านอกใจขึ้นมาเนี่ยฟ้องได้ทั้งผัวทั้งเมียน้อยเลย

남편이 바람피우면 상간녀랑 쌍으로 고소하라고.

빰 **พูดอย่างกับได้เงินแล้วมึงจะหายเสียใจอ่ะเนอะ**

돈이면 위로가 된다고 생각하는구나.

낑 **เออ แล้วมึงก็อยู่แบบเปลี่ยนหญิงเรื่อย ๆ แบบของมึงก็แล้วกัน**

그래. 넌 지금처럼 계속 즐기기만 하겠지.

빰 **มึงรู้ได้ไง ว่ากูไม่อยากแต่ง**

내가 언제 결혼하기 싫대?

낑 **อย่างมึงอ่ะนะ แต่งไปหมดตูดแน่นอน**

넌 결혼하면 파산할 게 뻔해.

빰 **เออ อยากแต่งมากก็อย่าไปรู้เรื่องเค้ามากละกัน**

그래. 정말 결혼하고 싶으면 뒤는 그만 캐.

เดี๋ยวเลิกเร็ว

그러다 이혼한다.

낑 **หมายความว่าอะไร**

무슨 뜻이야?

คือเค้าไปทำผิดอะไร กูต้องไม่รู้อย่างงั้นเหรอ

테드가 무슨 짓 하는지 난 몰라야 해?

빰 **อึดอัดฉิบหาย**

지긋지긋하다.

낑 **อึดอัดอะไร**

넌 잘못한 거 없어.

มึงไม่ได้ทำอะไรผิดมึงจะมาอึดอึดทำไมวะ

뭐가 지긋지긋해?

빰 **อึดอัดตีนมึงอ่ะ เหม็นฉิบหาย**

네 족발! 냄새가 고약해.

พอเลย พอ ๆ มึงไม่ต้องมาพาลใส่กูเลย

됐어. 말싸움 그만하자.

กูกับมึงไม่ได้แต่งงานด้วยกันสักหน่อย

나랑 결혼하는 것도 아닌데.

รอเจ้าบ่าวมึงไป

네 신랑이나 기다려.

낑	อยู่ไหนวะพี่เท็ด ทำไมไม่รับวะ

왜 전화를 안 받아?

เค้าบอกกูว่าเค้าจะกลับโรงแรม นี่นานไปเปล่าวะ

호텔로 간다고 했는데 이렇게나 오래 걸려?

กูแจ้งตำรวจดีเปล่ามึง

경찰에 알려야 할까?

빰	หายไปกับผู้หญิงสองสามชั่วโมง

여자랑 사라진 지 두어 시간 됐다고

ตำรวจไม่รับแจ้งความหรอกมึง หลบ ๆ

경찰이 조사하진 않지. 숨어!

낑	มึง กูไม่กล้าดู

빰, 차마 못 보겠어.

빰	มึงลงมาแล้ว

내린다.

낑	พี่เท็ดเหรอ พี่เท็ดใช่ปะ

테드 맞지?

กูว่าต้องเกิดอุบัติเหตุอะไรแน่ ๆ เลยอ่ะมึง

분명 사고가 난 거야.

โทรหาตำรวจดีป่ะ

경찰에 전화할까?

อย่างน้อยก็จะได้รู้ว่าเกิดเรื่องอะไรขึ้นบ้างอ่ะ

그럼 최소한 무슨 일인지 알 수 있잖아.

빰 มึงลองเอาเบอร์อื่นโทรหาพี่เค้าดูก่อนไหม

다른 전화로 걸어 봐.

테드 ฮัลโหลครับ ฮัลโหล ได้ยินไหมครับ ฮัลโหล

여보세요, 여보세요? 들려요? 여보세요?

낑 กลับกันเถอะมึง

가자.

빰 บางที ผู้หญิงบนแท็กซี่อาจจะเป็นเพื่อนพี่เท็ดก็ได้นะเว้ย

택시에 탄 여자는 테드 친구 같아.

เค้าอาจจะนัดกินข้าวกัน กินเสร็จแล้วก็แยกย้ายอ่ะมึง

저녁 먹으러 갔다가 헤어졌을 거야.

พี่เท็ดอาจจะ ดื่มหนักมากจนเมา กลับโรงแรมไม่ไหว เค้าก็เลย

테드는 아마 술에 너무 취해서 호텔까지 오기 힘들었을지도 몰라. 그래서…

เค้าก็เลยหา Hostel เปิด Hostel นอนแถวนั้น

그래서 가까운 호스텔에 쉬려고 갔을 거야.

ก็เลยไม่ได้รับสายมึงอ่ะ

쓰러져서 전화를 못 받았겠지.

แล้ว พี่เท็ดก็ ก็ ปวดเยี่ยวกลางดึก

그리고 테드는 그게… 소변이 급했을 거야.

พี่เท็ดก็เลยลุกขึ้นมาเยี่ยว

화장실에 갔다가

พอดีกับตอนที่เบอร์กูโทรไปอ่ะมึง เค้าก็เลยรับสาย แค่นี้อ่ะมึง

그때 마침 내 번호로 전화가 갔고, 테드가 그래서 전화를 받은 거야. 그게 다야.

24

낑	**กูมาทำอะไรที่นี่วะ** 난 왜 이럴까?
빰	**ห้ะ หยุด ๆ ดูข้างนอก ถอย ถอยรถ ถอยให้หน่อยครับ** 응? 멈춰, 멈춰요! 밖을 봐요! 후진하세요. 뒤로 가시라고요!
	มึงจับไว้ก่อนนะเว้ย เกาะไว้แน่น ๆ นะเว้ย 낑, 꽉 잡아! 꽉 잡아!
	กูมาแล้วมึง กูมาช่วยมึงนะเว้ย 낑, 나 왔어! 내가 도와줄게.
낑	**กูไม่น่ามาเลย กูไม่น่ารู้เลย** 오지 말았어야 했어! 모르는 게 나았어!
빰	**มึงมองกูนะกิ๊ง กูอยู่นี่แล้ว กูอยู่นี่แล้วนะมึง** 날 봐, 낑. 나 여기 있어. 네 옆에 있다고.
	เก่งมากมึง คนเก่งของกู 착하지. 내 착한 친구.
빰	**เพื่อนเล่นมึงเหรอไอ้อ้วน** 친한 척하지 마, 뚱보야.
	กิ๊งครับ มึงห้ามทำแบบมะกี้อีกเด็ดขาดเลยนะ 낑, 다시는 절대 그러지 마.
	ถ้ามึงตกลงมา มึงตายได้เลยนะเว้ย 그러다 떨어지면 죽어.
	ป่ะ กลับบ้านกัน 일어나. 집에 가자.
낑	**กูยังไม่อยากกลับบ้านอ่ะ พรุ่งนี้มึงทำงานป่ะ** 집에 가기 싫어. 내일 출근해?
빰	**ทำดิ กูบินเช้าอ่ะ ลาไม่ได้ด้วย** 응. 오전 비행 있어. 월차도 못 내고.

낑	ไม่อยากอยู่คนเดียวเลยว่ะ
	혼자 있기 싫어.

기내 방송	เพื่อความปลอดภัย กรุณานั่งรัดเข็มขัดอยู่กับที่ จนกว่าเครื่องบินจอดเรียบร้อย และสัญญาณแจ้งรัดเข็มขัดดับ
	비행기가 완전히 정지하고 안내등이 꺼질 때까지 승객 여러분의 안전을 위해 안전띠를 착용해 주십시오.

เมื่อเปิดที่เก็บของเหนือศีรษะ
โปรดระมัดระวังสิ่งของที่อาจตกลงมาถูกตัวท่านหรือผู้อื่นได้

좌석 위 선반을 여실 때는
소지품이 떨어지지 않도록 주의하시기 바랍니다.

ท่านสามารถรับกระเป๋าได้ที่สายพานหมายเลข 1 ค่ะ

위탁 수하물 찾는 곳은 1번입니다.

25

빰	ขอบคุณนะครับ เที่ยวให้สนุกนะครับผม
	감사합니다. 좋은 여행 되세요.

낑	มึงลงไปกับกูเลยไม่ได้เหรอ
	지금 나랑 같이 못 가?

빰	เดี๋ยวกูบินอีกแลนด์นึง แล้วจะรีบกลับมาหา
	비행 하나 더 하고 바로 달려갈게.

낑	กูขอบคุณมึงค่ะ ขอบคุณค่ะ ๆ
	정말 고마워. 고마워, 진짜 고마워!

쭈	เอ้าปาล์มมีคนรู้จักมาไม่บอกพวกพี่อ่ะลูก
	빰, 왜 친구가 탔다고 얘기 안 했어요?

빰	อ่อ นี่กิ๊งฮะ พี่จุ๊
	낑이에요, 쭈 선배.

쭈	มากระบี่ครั้งแรกเปล่าจ๊ะเนี่ย
	끄라비엔 처음이에요?

낑　　อ่อ เพื่อนกันค่ะ
저희 그냥 친구예요.

빰　　กิ๊ง กินข้าวด้วยนะมึง
낑! 밥 꼭 먹어.

직원　โฆษณาเปล่าวะ
꼭 광고 같네.

빰　　กิ๊งกูมาละ เหี้ย นี่มึงอยู่ตรงนี้มาตลอดเลยเหรอวะ
낑, 나 왔어. 세상에! 여태 안에만 있었어?

낑　　มึง ซื้อเบียร์มาแช่ฟรีซให้กูหน่อยดิ
빰, 맥주 좀 사서 얼려놔 줘.

　　　　อยากแดกเบียร์วุ้นน่ะ
맥주 슬러시 마시고 싶어.

빰　　มึงพอเลย แดกเหี้ยอะไรของมึงเนี่ย
그만 마셔. 뭘 퍼먹는 거야?

낑　　ฟิวชั่นฟู้ด
퓨전 음식이야.

빰　　ไป เที่ยวกัน
낑, 나가자.

낑　　ไม่ กูจะนอนตรงนี้ กูจะแดกวนไปเรื่อย ๆ
싫어. 그냥 잘 거야. 계속 먹고 자기만 할래.

빰　　ออกไปข้างนอกหน่อย มันช่วยได้นะเว้ย
바람 좀 쐬면 기분이 나아질 거야.

　　　　มึงเชื่อกูดิ กูเลิกกับแฟนบ่อย
내 말 믿어. 실연을 자주 해 봤으니까.

낑　　มึงดูสภาพกูไว้นะ
내 얼굴 좀 봐.

เนี่ยแหละสภาพสาว ๆ เวลาโดนมึงเทอ่ะ
네가 찬 여자들 얼굴도 꼭 나 같았을걸.

26

빰 แต่งหน้าศพ ภาระกูจริง ๆ
내가 장의사도 아니고. 넌 정말 못 말려.

낑 กูมาให้มึงชดใช้กรรมที่ทำไว้กับหญิงอ่ะ
네 전 여자 친구들 복수해 주는 거다.

빰 มาเลยครับ
어디 해 봐.

นี่กูไม่เคยเป็นห่วงมนุษย์คนไหนเท่ามึงล่ะ
내가 너만큼 걱정하는 사람은 없으니까.

낑 พอ กูสวยล่ะ มึงจะพากูไปไหนนะ
됐어. 안 그래도 예뻐. 어디로 데려갈 거야?

낑 มึงพูดภาษาจีนเป็นด้วยเหรอ ตะกี้ขอว่าอะไร ทำไมมีชื่อกูด้วย
중국어도 할 줄 알아? 방금 무슨 소원 빌었어? 내 이름 들리던데.

빰 ขอให้อยู่ด้วยกันนาน ๆ
영원히 함께 하자고.

낑 โถ่ มึงท่องมาประโยคเดียวเหอะ
왜 이래. 그 문장만 알지?

ใช้มุขนี้จีบจริงอ่ะเดะ
여자 꼬실 때 쓰는 말이구나.

빰 แล้วมึงอ่ะ ขอว่าอะไร
네 소원은 뭔데?

낑 มึงไม่รู้เหรอ บอกพรคนอื่นมันจะไม่เป็นจริงนะ
그거 몰라? 다른 사람에게 말하면 안 이루어져.

เป็นไงอ่ะ ขอให้อยู่ด้วยกันนาน ๆ ได้จริงสักคนป่ะ

어땠어? 영원히 함께하자는 소원 이뤄진 적 있어?

빰 แล้วมึงเหลือบมองกูทำไม มึงแช่งกูเหรอ

아까 나 왜 쳐다봤어? 저주 걸었어?

낑 กูขอให้มึงเลิกเป็นเสือไง

너 바람둥이짓 그만하라고.

นี่ไงบอกพรมึงละ ไม่เป็นจริงเลย

말해버렸으니 이제 안 이뤄지겠다.

빰 แล้วทำไมมึงถึงอยากให้กูเลิกเป็นเสือ

왜 그만해야 하는데?

낑 กูก็สงสารสาว ๆ ที่ต้องเป็นเหยื่อมึงไง ไปต่อ

너한테 차이는 여자들이 불쌍해서 그래. 가자.

낑 มึงเคยคิดป่ะ

너 생각해 본 적 있어?

ถ้าพวกเราเป็นแฟนกันมันจะเป็นยังไงวะ

우리가 사귀는 사이라면 어땠을까?

빰 ก็คงเป็นแบบวันนี้

오늘 같겠지.

낑 อะไรของมึง

뭐래니?

빰 เรามึงอ่ะคิดว่าไง

넌 어땠을 거 같아?

낑 ก็คงเป็นบ้ามั้ง คงเช็คโทรศัพท์มึงทั้งวันอ่ะ

미쳐버렸겠지. 맨날 휴대 전화 훔쳐볼걸?

มึงอ่ะต้องให้กิ๊ก Line มาทั้งวัน

여자들 문자가 끊이질 않을 테니.

빰 ใครจะไปกล้ามีกิ๊กวะ

누가 감히 바람을 피우겠어.

ภาพมึงเกาะป้ายยังติดตากูอยู่เลย
전광판에 매달린 장면 잊을 수가 없다.

낑 **เสือมันจะไปสิ้นลายได้ไง คุยอยู่กี่คนอ่ะตอนนี้**
바람둥이가 어떻게 변하니? 연락하는 여자가 몇 명이야?

빰 **กี่คนอะไร ไม่ได้คุยกับใครสักคน**
몇 명이냐고? 한 사람 밖에 없어.

낑 **เอามาดู**
손 줘 봐.

빰 **ดูลายมือเหรอ**
손금 보게?

낑 **รหัส**
비밀번호 찍어.

빰 **เป็นแฟนเหรอ เช็คมือถือเนี่ย เฮ้ย มึง ๆ กูล้อเล่น**
네가 내 여자 친구라도 돼? 하지 마! 농담이야.

27

낑 **มึงจอดข้างทางก่อน**
잠깐 세워.

빰 **อะไรนะ**
응?

낑 **จอดข้างทางก่อน พี่เท็ดโทรมา**
오토바이 세우라고. 테드 전화야.

빰 **เชี่ย โทษ เป็นอะไรเปล่าวะ กิ๊ง ขึ้นรถ กิ๊งมึงจับดี ๆ นะเว้ย**
미안. 다쳤어? 낑! 어서 타! 꽉 잡아.

낑 **ปาล์ม ๆ ลิง ๆ ลิง**
빰. 원숭이야! 원숭이!

빰 โอ๊ย

아!

낑 มะกี้มึงนึกว่าลิงเป็นกูเหรอ

방금 원숭이가 나인 줄 알았어?

빰 ก็เหมือนอยู่อ่ะ

비슷하잖아.

낑 กูเสียวจนฉี่จะแตกอยู่แล้ว พาไปห้องน้ำเดี๋ยวนี้เลยมึง

오줌 쌀 뻔했잖아. 당장 화장실 찾아!

빰 มึงทนไหวไหมวะ อีกนิดเดียวเข้าเมืองแล้วนะเว้ย

참을 수 있어? 시내에 거의 다 왔어.

낑 ทนไม่ได้เว้ย ออกไปเดี๋ยวนี้นะ อีลิงชั่ว

못 참아! 저리 가! 바보 원숭이야!

빰 วันหนึ่งกิ๊งเยี่ยวในป่า กิ๊งเจอลิงน้อยตัวหนึ่ง

어느 날 낑이 숲에서 오줌을 싼다네. 낑이 작은 원숭이를 만났네.

낑 ขี้มาว่ะ

똥 나와.

빰 เชี่ย หูรูดมึงไม่ดีเหรอวะ

맙소사! 장에 문제라도 있어?

낑 มึงมีทิชชู่ป่ะ โสโครกมึง เดี๋ยวกูเอากางเกงในตัวเองเช็ดเอา

휴지 있니? 더러워. 속옷으로 닦아야겠다.

빰 จะบ้าเหรอ เดี๋ยวมึงก็โป๊หรอก

장난해? 미쳤구나.

낑 เดี๋ยวกูเอาใบไม้เช็ด

나뭇잎으로 닦을래.

빰 เฮ้ยเดี๋ยว มึงหยุดเลย

잠깐, 기다려!

낑 เชี่ย กอม เดอกาซอง มึงเอาอะไรใส่อ่ะ

이런, 명품이잖아. 너는 뭐 입게?

빰	หูย เช็ด ๆ ไปเหอะ
	그냥 좀 닦아.

행인(아이)	แม่ๆ มีคนโป๊
	엄마, 저 아저씨 좀 봐.

낑	ค่ะ พี่เท็ด กิ๊งคงยังไม่กลับไปทำงานน่ะค่ะ
	안녕, 테드. 아직은 일하러 못 가.

หมอบอกว่าไม่อยากให้เดินเยอะ แล้วนี่มิกซ์เพลงเสร็จแล้วเหรอคะ

의사가 많이 걷지 말래. 노래 녹음은 끝났어?

ได้ค่ะ ส่งให้กิ๊งฟังเลยก็ได้ โอเค คิดถึงเหมือนกันค่ะ บาย

그래. 보내주면 들어볼게. 알았어. 나도 보고 싶어. 안녕.

28

빰	มึงจะเคลียร์กับพี่เท็ดเมื่อไหร่
	테드랑 언제 정리할 거야?

낑	ไม่ใช่ตอนนี้
	지금은 말고.

빰	ตอนไหนอ่ะ จะบินตามกูไปเรื่อย ๆ เลยหรือไง ห้ะ
	그럼 언제? 나랑 이렇게 계속 떠돌아다닐 거야?

낑	อ่ะ ๆๆ ฟัง เพลงจีน ชอบพูดไม่ใช่เหรอ ภาษาจีน
	이거 들어 봐. 중국어 버전이야. 너 중국어 좋아하잖아.

빰	ฟังกูเปล่าวะเนี่ย
	내 말은 듣나 몰라.

낑	กูเคยชอบเพลงนี้มากเลยอ่ะ เพลงมันสนุก
	나 이 노래 좋아했어. 재밌는 노래지.

ตอนนี้กูแม่งโคตรเกลียดเลย

근데 지금은 너무 싫어.

노래 가사 *มึงชอบขี้ในป่าใช่ไหม ใช่ไหม*
숲에서 똥 싸는 거 좋아요? 좋아요?

โดดเกาะป้ายมึงเป็น เฉินหลง รึไง
성룡처럼 전광판에도 매달리네요.

ตกลงมาเป็นอีเป๋เหมือนเดิม
그러다 떨어지면 또 사고뭉치 돼요.

ไม่อยากเห็นมึงเป็นบ้าอย่างนี้ อย่างนี้
이런 미친 모습 보고 싶지 않아요.

มึงช่วยหาผัวให้มันดี ๆ สักที
한 번쯤은 제대로 된 남자 만나면 어디 덧나나요.

แต่ถ้าหาไม่เจอก็อยู่กับกู ไปก่อน ได้รึเปล่า
정 못 찾겠으면 내 곁에 있어요. 당분간은 그래도 돼요.

빰 **เนี่ยเวอร์ชั่นใหม่ เนื้อดีนะเว้ย ชอบยังอ่ะ**
새로운 버전이야. 가사가 끝내주지. 다시 좋아졌지?

낑 **อ่ะ โล่งสัด ไปกินเบียร์ห้องกูกัน**
이거 받아. 기분 좋다! 내 방에서 술 마시자.

점원 **ร้อยนึง ร้อยเก้าสิบ จะเอาไม่เอาร้อยเก้าสิบ**
100밧요. 190밧! 살 거예요, 말 거예요?

빰 **เอาครับ**
살게요.

점원 **เรื่องมากเอามั่งไม่เอามั่ง**
까다롭네. 확실히 결정해요.

빰 **กูซื้อขนมมา**
간식 사왔어.

낑 **เออ มาดิ กูอยากทำมานานละ สปาเบียร์**
그래, 들어와. 늘 해보고 싶었어. 맥주 목욕.

288 | 영화로 배우는 태국어_프렌드 존

มึง ลงมาแช่ด้วยกันดิ เร็ว
너도 들어오지 그래? 들어와.

빰 เออ โอ้ยเหี้ย แปปนึงมึง กางเกงกูมันติด
어… 젠장, 기다려. 바지가 안 벗겨져.

29

빰 ไหนว่าชวนกูมาแดกเบียร์ จะให้กูซดในนี้อ่ะ
맥주 마시자며. 욕조에 있는 거 마셔?

낑 มึงรู้เปล่า เบียร์บำรุงผมด้วยนะ ล้างสารเคมีด้วย
맥주가 머릿결에 좋은거 알아? 화학 성분도 없애준대.

มึงอ่ะ เซตผมบ่อย หันหลังมาดิ กูทำให้
너 머리 신경 많이 쓰잖아. 뒤로 돌아. 내가 해줄게.

พิงมาเลย พิงขากู เออ
뒤로 누워서 내 다리에 기대.

빰 ถนัดไหม
이러면 돼?

낑 ชอบไหม
기분 좋아?

빰 มึงเมาเปล่าวะ
너 취했어?

낑 ไม่ได้เมา กูทำไม่ได้ว่ะ
아니. 못 하겠어.

빰 ไม่เป็นไรนะเว้ย คือ กูเข้าใจ
괜찮아. 이해해.

เป็นเพื่อนกันมานาน เรื่องแบบนี้มันต้องใช้เวลาเว้ย
우린 늘 친구였으니 이런 건 시간이 걸리겠지.

ค่อย ๆ เป็นค่อย ๆ ไปเนอะ
천천히 하자.

낑 ทำไมเค้าทำได้ แต่กูทำไม่ได้วะ
테드는 하는데 왜 난 못 하지?

빰 มึงไปเคลียร์กับเค้าก่อนไหม
테드 먼저 정리해.

มาอ่อยกูประชดแฟนแบบนี้มันใช่เหรอวะ เหี้ยไปป่ะ
걔랑 다시 만나려고 날 이용하지 마! 해도 너무한다.

낑 ทีมึงอ่อยกูกว่านี้ มึงคิดว่ากูไม่รู้เหรอ
네가 나 꼬시려고 한 거 내가 모를 줄 알았니?

빰 กูแค่อยากให้มึงอารมณ์ดีเปล่าวะ
기분 풀어주려고 했지.

낑 แค่นั้นเหรอ ที่พกในกระเป๋ากางเกง นั่นพกมาทำไม
정말 그게 다야? 네 주머니에 있는 건?

มึงเห็นกูเป็นเพื่อนจริง ๆ รึเปล่า กูยังไม่รู้เลย
아직도 날 친구로 보는지 잘 모르겠네.

빰 นี่กูอยากลุกขึ้นฉิบหายเลย แต่มึงรู้ป่ะเนี่ย ทำไมกูลุกไม่ได้
나 정말 일어나고 싶은데 왜 못 그러는지 알지?

낑 ทำไม
왜?

빰 ก็จู๋กูโด่อยู่ไง
섰잖아!

เหี้ย ถ้ามึงไม่ใช่เพื่อนกูนะ กูจับมึงปล้ำไปนานละ
정말 나쁘다. 친구만 아니었으면 벌써 하고도 남았어!

낑 มึงไม่ต้องมาพูดเลย
웃기지 마.

คนอย่างมึงถ้ากูให้ปล้ำ มีเหรอมึงจะไม่เอา
내가 달려들면 넌 절대 못 밀어내.

빰 **ไม่ต้องเพื่อนกันละ**
그럼 친구 그만하자!

จะเอาแบบนี้ใช่ไหม มึงลงมาดิ มึงลงมาดิ
이걸 원해? 들어와! 들어오라고!

낑 **มึงอย่ามาประชดกูนะอีปาล์ม**
비꼬지 마!

빰 **เพราะมึงงี่เง่าแบบนี้ไง กูเป็นพี่เท็ด กูก็มีคนอื่นวะ**
넌 정말 어리석어. 나라도 바람피웠겠다.

낑 **มึงจะเอาแบบนี้ใช่ไหม มึงเอาเลย เอาดิ เอาเลย**
이러면 됐니? 그래? 어디 해 봐! 어서! 하라고!

빰 **มึงรู้ว่ากูรักมึง มึงเลยจะทำอะไรก็ได้ใช่ไหม**
넌 내 마음 알아. 그래서 이렇게 제멋대로인 거잖아.

30

낑 **ปาล์ม มึง ปาล์ม กูขอโทษ กูพาลเองอะ**
빰! 야, 빰! 너한테 화풀이해서 미안해.

빰 **เวลามึงทำอะไร มึงก็คิดเยอะ ๆ หน่อยดิวะ**
생각 좀 하고 행동해.

คือถ้ามึงไม่รู้สึกจริง มึงอย่าทำแบบนี้ได้ไหม
마음에 없는 짓 하지 말고.

낑 **ใครบอกว่ากูไม่รู้สึก เดี๋ยวกูจะไปเลิกกับพี่เท็ด**
누가 마음에 없대? 테드랑 헤어질게.

빰 **ถ้าไม่เลิกกูจูบเลยนะ**
안 끝내면 키스해 버린다.

낑 **อืม ถ้ากูเลิกอ่ะ พากูไปทัวร์ยุโรปนะ**
그래. 헤어지고 오면 유럽에 데려가 줘.

ดูแสงเหนือ แดกคาร์เวียร์ นอนห้าดาว ดิว
오로라 보고, 캐비어도 먹고, 5성급 호텔에서 묵자. 응?

빰 **ขอเยอะจังวะ**
하고 싶은 것도 많네.

낑 **ที่ไหนก็ได้ ขอแค่อยู่กับมึงอ่ะ**
어디라도 좋아. 너만 있으면.

빰 **อืม ดิว / กิ๊ง**
그래 좋아. / 낑.

낑 **ว่า**
응?

빰 **หลังมึงเคลียร์กับพี่เท็ดเสร็จ เจอกันที่ชเวดากองไหม**
테드랑 끝내고 나면 쉐다곤에서 만날래?

테드 **เป็นอะไร**
왜 그래?

낑 **ไม่ได้เป็นอะไร จริง ๆ**
아무것도 아니야. 진짜야.

테드 **ลืมนาฬิกาไว้บ้านเหรอ**
시계 놓고 왔어?

낑 **เออใช่ลืม โทษที**
깜빡했어, 미안해.

낑 **ไม่ได้ลืม แต่โยนทิ้งไปแล้วเว้ย**
놓고 온 게 아니야. 그냥 버렸어!

테드 **โยนอะไรทิ้งคะ**
뭘 버려?

낑 **นาฬิกาที่พี่เท็ดซื้อมาตอแหลกิ๊งไง**
당신이 죄책감에 사준 선물!

테드 กิ๊งพูดเรื่องอะไรเนี่ย
무슨….

낑 ใคร
누구야!

테드 ใครอะไรคะกิ๊ง
누구냐니?

낑 ที่ฮ่องกงกิ๊งแอบตามพี่เท็ดไปนะ
홍콩에서 다 봤어!

พี่เท็ดขึ้นแท๊กซี่ไปกับใคร ตอบมาดิพี่เท็ด
택시에 있던 여자 누구야! 대답해!

นักร้องเหรอ ผู้จัดการ ล่าม จาก Tinder ใครวะ
가수야, 매니저야? 통역이야? 데이팅 앱에서 만났니? 누구냐고!

31

테드 ใจเย็นก่อนคุณ พี่ไปกินข้าวปูเป้
진정해, 낑. 뽀우뻬랑 탔어.

낑 ปูเป้ไหน
그게 누군데?

테드 ปูเป้ที่เป็นนิวจิ๋วกับกิ๊งไง พอดีเป้มันบินมาเที่ยว
너랑 듀엣곡 불렀던 가수. 마침 걔가 놀러 왔었어.

ก็เลยออกไปกินข้าวกัน แล้ว
같이 저녁 먹었지. 그런 다음….

낑 แล้วทำไมตอนแรกบอกกิ๊งว่าจะกลับโรงแรมแล้วไม่กลับ
호텔로 간다고 말해놓고 안 갔잖아.

แล้วทำไมถึงไม่รับโทรศัพท์กิ๊ง
내 전화는 왜 안 받았어?

테드 | **คือพี่กับปูเป้เคยชอบ ๆ กันตอนมหาลัย**
뽀우뻬랑은 대학 때 서로 좋아했어.

แล้วพอได้กลับมาเล่นดนตรีด้วยกันที่งานแต่งงานวันนั้น
결혼식에서 함께 연주한 이후에…

ก็คุยมาเรื่อย
계속 연락했어.

แล้ว
그리고…

ที่ที่กิ๊งไม่ได้มาอัดเสียงกับพี่ ปูเป้เค้าก็บินมาหา
네가 녹음실에 안 온 날 뽀우뻬가 날 보러 왔어.

ก็กะแค่ว่าจะ ออกไปเที่ยวด้วยกันเฉย ๆ
처음에는 그저 밥이나 먹을 생각이었어.

แต่มันก็เกินเลยกันไป
근데 일이 그렇게 됐어.

낑 | **ทำไมพี่เท็ดถึงไม่บอกกิ๊งว่า กินข้าวเสร็จก็แยกย้าย**
왜 말 못해? 저녁 먹고 바로 헤어졌다고.

แล้ว แล้วพี่เท็ดก็ กลับห้องไม่ไหว เลยนอน Hostel แถวนั้น
또… 너무 취해서 호스텔로 갔다고.

แล้วก็ ที่ไม่รับโทรศัพท์กิ๊งเพราะว่าเมาแล้วหลับอยู่
잠이 오는 바람에 전화 못 받았다고.

หรือว่าปวดฉี่ไง แล้วตื่นมารับสายโทรศัพท์คนอื่น
화장실 가려다가 전화를 받았다고.

แก้ตัวไม่เป็นเหรอ
변명도 못해?

테드 | **พี่ไม่อยากทำผิดกับกิ๊งไปมากกว่านี้**
더는 속이기 싫어.

낑 | **กิ๊งเคยบอกว่า กิ๊งไม่ชอบคนแบบนี้ กิ๊งไม่ทนนะ**
내가 전에 말했지. 바람은 용서 못 한다고. 더는 안 된다고.

테드

พี่เข้าใจ ไม่อยากปล่อยเลย

알아. 헤어지기 싫어.

낑

ว่าไง หม่องปาล์ม

안녕, 몽 빰.

빰

หม่องกิ๊ง เป็นผู้หญิงเรียกหม่องเปล่าวะ

몽 낑. 여자한테도 몽이라고 해?

อืม จุดไฟก่อน แล้วก็อธิฐานขอพร เสร็จแล้วก็เอาไฟลนก้น

여기 초에 불 붙이고 소원 빈 다음, 다른 쪽에도 붙이고 내려놓으면 돼.

พี่เท็ดเค้าไม่มีกิ๊กเหรอ

테드 바람 안 피웠어?

낑

กูอยากลองให้โอกาสเค้าดูอ่ะ

기회를 주고 싶어.

빰

มึงแม่ง

정말 나쁘다.

32

낑

เป็นเพื่อนกันมันก็ดีอยู่แล้วป่ะ

친구면 됐지. 안 그래?

빰

กิ๊ง ชอบกันแล้วเป็นเพื่อนกัน เพื่อนพอมึงดิ อะ เพื่อนจริงป่ะ

낑, 나랑 친구로만 지내고 싶어? 빌어먹을 친구! 우리 친구 맞아?

กูถามมึงหน่อย ที่มึงมาเจอกูอ่ะ มึงบอกพี่เท็ดว่าอะไร

나 보러 여기 왔잖아. 테드한테 뭐라고 했어?

มึงได้บอกพี่เท็ดเปล่าว่ามึงมาเจอกู มึงได้พูดชื่อกูป่ะ นี่ไง

나 만난다고 얘기했어? 내 이름 언급이나 했어? 응? 이것 봐.

낑

ปาล์ม ปาล์ม มึงคือคนสำคัญในชีวิตกูนะเว้ย

빰! 빰, 넌 나한테 소중한 사람이야.

ถ้าเกิดว่าคบกันแล้วเลิกกันไปมันจะเป็นยังไงวะ

우리가 사귀었다 헤어지면 어떡해?

빰 **แล้วใครเค้าคบกันเป็นเลิกกันวะ มึงรู้อนาคตเหรอ**

헤어진다고 어떻게 장담해? 네가 미래를 알아?

낑 **กูไม่อยากเอามึงมาเสี่ยงอ่ะ**

널 잃고 싶지 않아.

빰 **ตอนนั้นกูไม่น่าขอมึงเป็นเพื่อนเลย**

친구로 지내자고 말하는 게 아니었어.

낑 **ไม่งั้นเราจะอยู่ด้วยกันมานานขนาดนี้เหรอวะ**

그러지 않았다면 이렇게 오래 함께했을까?

빰 **ตอนนี้กูอยู่ไม่ได้แล้วจริง ๆ**

더는 못 하겠다.

낑 **แต่วันนึงมึงไปมีแฟนอ่ะ**

너한테 여자 친구 생기면

เราก็กลับมาเป็นเพื่อนกันอีกได้ใช่ป่ะ ใช่ป่ะมึง

다시 친구로 지낼 수 있겠지? 그렇지?

빰 **ถ้ามึงตามกูมาอีก กูจูบมึงเลยนะเว้ย**

한 발짝만 더 오면 키스해 버린다!

빰 **เอาจริง ๆ ครั้งนี้แม่งเจ็บสุดตั้งแต่ผมเคยคบกับใครมาเลย**

진심으로. 제가 누군가와 사귄 이후로 이번이 제일 아팠어요.

ทั้ง ๆ ที่ผมยังไม่เคยคบกับมันเลยด้วยซ้ำ

사귀는 사이도 아니었는데요.

พวกคุณไม่ต้องอินขนาดนั้นก็ได้

너무 우울해하지 마세요.

버디3 **มันก็คือ ต่อให้เรารอนานแค่ไหน**

그 말인즉 아무리 오래 기다려도

มันก็ไม่มี Happy Ending รอเราอยู่ใช่ไหมครับ

해피엔딩은 없다는 뜻인가요?

빰　ก็ ถ้าข้ามเส้นไปแล้ว
일단 선을 넘으면

มันก็หันหลังกลับไปไม่ได้แล้วล่ะ
되돌릴 수 없어요.

버디1　คุณทนได้ยังไง
어떻게 견디세요?

คือแค่ผมส่ง Line แล้วเค้า Read แต่ไม่ตอบอ่ะ
문자를 읽고도 답이 없으면

ผมก็นอนไม่หลับแล้ว
잠이 안 와요.

버디2　ผมคิดภาพวันที่ไม่มีมันในชีวิตไม่ออกเลย
그 애 없는 삶은 상상도 못 하겠어요.

นี่คุณทนได้ไง
어떻게 버티세요?

빰　ผมก็ต้องเริ่มต้นใหม่ กับคนใหม่ ๆ อ่ะครับ
다시 시작하려고 다른 여자들을 만났어요.

33

낑　แหน่ะ ขอพรให้กูหรือแช่งกูคะ
야. 소원 빌어 아니면 저주 걸어?

낑　แหน่ะ
테드.

테드　หือ สามแถมหนึ่ง
응? 세 개 사면 하나 공짜야.

낑　คอเลสเตอรอลพี่เท็ดสูงไม่ใช่เหรอ
자기 콜레스테롤 수치 높지 않아?

테드 **เอาน่า วันละชิ้นจิตแจ่มใส**
괜찮아. 하루에 한 조각은 정신을 맑게 해.

낑 **วันละชิ้นที่ไหน เห็นทำทีทำทั้งห่ออ่ะ**
하루에 한 팩이겠지!

테드 **นี่เลยชิ้นนี้นะ สำหรับทำ บีฟเซอวานอฟ**
하나는 쇠고기 스트로가노프 만드는 데 쓸 거야.

อาหารจานเด็ดจากประเทศรัสเซียเลยนะ
꼭 먹어야 할 러시아 요리지.

ส่วนเบค่อนเนี่ย พี่เท็ดจะไปทำสปาเก็ตตี้เบค่อนผัดพริกแห้ง
이걸로는 스파게티랑 말린 고추를 곁들인 베이컨 요리 만들래.

เอารสชาติแบบไทย ๆ หน่อย
태국식 풍미를 더해서.

노래 가사 *ทำไมเธอช่างใจร้าย เธอรู้ไหมว่าฉันเป็นคนคิดมาก*
당신 정말 나빠요. 내가 생각이 많단 걸 뻔히 알면서.

ทำให้ใจฉันวุ่นวาย เป็นแบบนี้แล้วใครจะรับผิดชอบ
내 마음은 이렇게 조마조마한데 누가 책임져야 하나요.

อยากจะบอกให้เธอรู้ ว่าใจฉันนั้นมันกังวลแค่ไหน
당신에게 말하고 싶어요. 내가 얼마나 불안한지.

ก่อนจะพูดอะไรออกมา อยากจะขอให้เธอสัญญา
무슨 말을 하기 전에 먼저 약속해줘요.

ว่าเธอจะไม่ทำให้ฉันต้องร้องไห้
날 울리지 않겠다고.

มึงชอบขี้ในป่าใช่ไหม
숲에서 똥 싸는 거 좋아요?

ในความฝันเรายังมีกันใช่ไหม
우린 아직도 같은 미래를 꿈꾸나요?

ใจเธอนั้นมันยังไม่ได้เปลี่ยนไป
당신 마음은 변하지 않았어요.

และความรักของเรายังคงเหมือนเดิม

우리 사랑은 그대로예요.

อยากจะขอให้เธอได้พูดเช่นนี้ บอกกับฉันว่าใจเธอคิดเช่นนี้

당신이 말해 주기를 원해요. 당신도 그렇다고 말해줘요.

บอกกับฉันให้ฉันมั่นใจสักที

나에게 확신을 줘요.

ว่าความรักของเรายังคงเหมือนเดิม

우리 사랑은 그대로라고.

ใช่หรือเปล่า

내 말이 맞나요?

테드 ยิ้มอะไรคนเดียว ยิ้มอะไรคะ คิดอะไรอยู่

왜 웃어? 무슨 생각하면서 웃는데?

บอกมาเดี๋ยวนี้ ไม่บอกเหรอ

말해줘. 비밀이야?

34

빰 คือผมก็ยอมรับนะ ว่าถึงจะคบกับคนใหม่ยังไง

솔직히… 다른 사람을 만나봐도

ผมก็อดเอาไปเปรียบเทียบกับมันไม่ได้ทุกที

자꾸 비교되더라고요.

แล้วสุดท้ายผมก็ต้องเลิกคุยกับทุกคนที่ผมจีบ

그래서 아예 안 만났어요.

แล้วถ้าจะให้กลับไปเป็นเพื่อนกับมัน ผมก็ไม่เอาเหมือนกัน

낑이랑 친구로 지내는 것도 용납할 수 없었고요.

낑 ปาล์ม

빰.

버디1	เชื่อผม คุณไม่ต้องหันไปหรอกนะ
	말 들어요. 돌아보지 말아요.
빰	กิ๊งเหรอ
	낑?
버디2	ไม่ คุณกิ๊งใช่ไหมครับ
	안 돼요! 낑 맞죠?
	พอเลยครับ ผมว่าต่างคนต่างอยู่ดีกว่า
	그만하면 됐어요. 각자 갈 길 가요.
버디3	ขอโทษที่เสือกนะครับ
	주제넘은 거 알아요.
	แต่ผมว่า คุณช่วยกรุณาเลิกมายุ่งเกี่ยว
	하지만… 이제 그만 상관해 주세요.
	หรือทำตัวเหมือนยังเป็นเพื่อนกับเค้าได้ไหมครับ
	친구 행세도 하지 말고요.
	คุณต้องเข้าใจสักที เค้าเป็นเพื่อนกับคุณไม่ได้
	친구로 지낼 수 없다는 것 아셔야 해요.
	เค้าเป็นเพื่อนกับคุณไม่ได้
	친구로 못 지낸다고요.
낑	ก็ ไม่ได้อยากเป็นเพื่อนอยู่แล้วอ่ะค่ะ
	저도 친구로 지내기 싫어요.
빰	จะเอาอะไรจากกูอีกวะ
	원하는 게 뭐야?
낑	กูเลิกกับพี่เท็ดแล้วนะ
	나 테드랑 헤어졌어.
빰	ทำไมอ่ะ พี่เท็ดมีกิ๊กอีกแล้วเหรอ
	왜, 또 바람피웠어?
낑	พี่เท็ดไม่ได้มีกิ๊ก กูแค่อยากไปดูแสงเหนือกับมึง
	아니. 너랑 오로라 보고 싶어서.

แต่กูขอถามมึงข้อนึง แล้วกูจะไม่ถามอีก

묻고 싶은 게 있어. 처음이자 마지막으로.

빰
ถามว่า

뭔데?

낑
มึงกับกูอ่ะ ถ้าจะไม่เป็นเพื่อนกัน ก็แต่งงานกันไปเลยนะ

너랑 나, 이제 친구로 못 지낸다면, 결혼하자!

빰
ห้ะ

뭐라고?

낑
แต่งงานกับกูไหม

나랑 결혼해 줄래?

빰
อะไรนะกูไม่ได้ยิน

안 들려!

낑
กูบอกว่า มึงนี่นะ ๆ

내 말은⋯ 너 정말!

빰
เป็นอะไร

괜찮아?

빰
ผมก็ตอบมันไปว่าขอไม่จดทะเบียน สุดท้ายมันก็บังคับผมจดอยู่ดี

제가 혼인신고는 하지 말자고 했어요. 근데 아내가 고집을 부리더군요.

버디들
โอ๊ย / เชี่ย / โห

대박!

버디3
ผมดีใจด้วย

정말 잘 됐네요!

버디2
หนึ่งทศวรรษของคุณแม่ง ไม่สูญเปล่าว่ะ

10년이라는 세월이 헛되지 않았군요.

버디3
คุณรู้ไหม ว่าพวกผมคิดมาตลอดว่า

있잖아요. 항상 이런 생각을 했어요.

คนเราอ่ะ ยิ่งยิ่งรอนานแม่งยิ่งหมดหวังเว้ย

뭐냐면⋯ 기다림이 길어질수록 희망은 줄어든다는 생각이요.

빰	ยิ่งอยู่ในชีวิตกันไปนาน ๆ ก็ยิ่งตัดกันไม่ขาดหรอกครับ
	함께한 시간이 길수록 헤어지기도 어려운 법이죠.

35

버디1	เพื่อนผมรอนานแล้วอ่ะ
	내 친구가 기다려요.
	ผมขอเอาเบียร์ไปให้เค้าก่อนนะ
	얼른 가져다 줘야겠어요.
버디2	ไว้เจอกันนะครับ
	또 봐요.
버디3	ยินดีที่ได้คุยด้วยนะครับ
	대화 즐거웠어요.
빰	เช่นกันครับ
	저도요.
낑	มึงไปโม้อะไรไว้อีก
	뭐라고 허풍 떨었어?
빰	มึงจะเอาเบียร์วุ้นไม่ใช่เหรอ ก็ต้องรอแช่ไง
	맥주 슬러시 맞지? 차갑게 하느라고.
낑	เบียร์มันวุ้นตั้งนานแล้ว มึงอย่ามา
	슬러시 되어 있잖아. 쓸데없는 소리 하지 마.
빰	ก็แค่ให้กำลังใจคน
	그냥 격려 좀 해줬어.
여자1	ก็ให้เพื่อนเอาไปให้ดิ
	친구한테 가져오라고 해.
버디3의 남사친	ไปไหนมาวะ
	어디 갔었어?

버디3 ก็ไปเอาเบียร์ให้มึงไง

네 맥주 가지러.

빰 กิ๊ง แหวน

낑, 반지는?

낑 มันต้องหลุดตอนเต้นแน่ ๆ เลยอ่ะ

춤추다 빠진 게 분명해.

쭈 เหี้ย ใจเย็น ๆ น้องกิ๊ง นี่พี่จุ๊เอง หาอะไรอยู่ลูก

엄마야! 진정해요, 낑! 나예요. 뭐 찾아요?

낑 แหวนแต่งงานค่ะ

결혼 반지요.

쭈 แหวนแต่งงานพี่หายเหรอ

내 결혼 반지 사라졌어요?

쭈 남편 เธอดูที่นิ้วก่อน

자기 손가락을 봐.

쭈 เฮ้ยยังอยู่ เดี๋ยวพี่ช่วยหา ที่รักช่วยน้องหาแหวน

여기 있네! 내가 찾아볼게요. 자기도 도와줘.

ช่วยหาแหวนแต่งงานหน่อยค่ะ แหวนแต่งงานค่ะ

다들 찾아봐요! 결혼 반지 좀 찾아봐요. 결혼 반지예요.

ใช่ค่ะ ลองก้มดูให้หน่อยค่ะ

다들 도와주세요.

빰 เจอแหวนแล้วครับ

찾았어요!

낑 ทำไมมันกระเด็นไปไกลจังอ่ะ

어쩌다 떨어졌지?

빰 นั่นน่ะดิ

내가 아냐.

낑 อะไร

왜 그래?

빰	**มึงเป็นคนขอกูแต่งงานก่อนนิ ให้กูขอมึงบ้างนะ**
	네가 나한테 프러포즈했잖아. 이번엔 내가 할게.
낑	**ปาล์ม ๆ มึง มึงลุกก่อน**
	빰, 일어나.
빰	**ให้กูขอมึงบ้าง**
	내가 프러포즈한다고.
낑	**ไม่เล่น เค้ามองใหญ่แล้ว ไม่เล่น**
	장난하지 마. 다들 쳐다보잖아.
	อีปาล์มไม่เอา ไม่เล่น
	장난하지 말라고 했다.
빰	**อยู่เป็นเพื่อนกันไปนาน ๆ นะมึง**
	영원히 나와 함께해줄래? 응?
여자	**ทำไมคู่กูไม่เป็นแบบนี้บ้างวะ**
	나도 저렇게 되고 싶다.
버디2	**มึงก็เลิก ๆ ไปเลย**
	그 남자랑 헤어져….
버디3	**เขินว่ะ เขินมึงนะ**
	설렌다. 너만 보면.